திரையில் விரியும் சமூகம்:

சினிமா சார்ந்த கட்டுரைகள்

சு. தியடோர் பாஸ்கரன்

MB
மலர் புக்ஸ்

திரையில் விரியும் சமூகம்:
சினிமா சார்ந்த கட்டுரைகள்
சு. தியடோர் பாஸ்கரன்
© சு. தியடோர் பாஸ்கரன்

முதல் பதிப்பு: ஜூலை 2023
பக்கங்கள்: 180

வெளியீடு: மலர் புக்ஸ்
விற்பனை உரிமை: பரிசல் புத்தக நிலையம்
235, P பிளாக், எம்.எம்.டி.ஏ. காலனி,
அரும்பாக்கம், சென்னை 600 106
parisalbooks@gmail.com
தொடர்புக்கு: 93828 53646, 88257 67500

அட்டை: பூபதி சீனிவாசன் (catamaran)
புத்தக வடிவமைப்பு: பா. ஜீவமணி, 96000 99112
அச்சகம்: Compu Printers, Chennai 600 086

விலை: ரூ 220

---

tiraiyil viriyum camūkam:
ciṉimā cārnta kaṭṭuraikaḷ
S. Theodore Baskaran
© S. Theodore Baskaran

First Edition: July 2023
Pages: 180

by Malar Books
Right to Sell: Parisal Putthaga Nilayam
235, P Block, MMDA Colony,
Arumbakkam, Chennai 600 106
Contact: 93828 53646, 88257 67500 | parisalbooks@gmail.com

Wrapper: Boopathi Srinivasan (catamaran)
Book Layout: B Jeevamani, 96000 99112
Printed by: Compu Printers, Chennai 600 086

Price: Rs. 220
ISBN: 978-93-91947-57-6

சு. தியடோர் பாஸ்கரன் 1980 இல் வெளிவந்த இவரது நூல் Message Bearers தமிழ்த்திரை ஆய்வில் முன்னோடி புலமை முயற்சியாக கருதப்படுகின்றது. The Eye of the Serpent என்ற இவரது தமிழ் சினிமா பற்றிய நூலுக்காக தேசிய விருதான ஸ்வர்ண கமல் விருதை 1997 இல் பெற்றார். 2003 இல் தேசிய திரைப்பட விருதுகள் தேர்வுக் குழுவில் நடுவராக இருந்தார். 2012 இல் கனடா இலக்கிய தோட்டம் இவருக்கு இயல் விருது வழங்கியது. தமிழ்நாட்டின் முதன்மை அஞ்சல் துறை அதிகாரியாக பணியாற்றி ஓய்வு பெற்ற இவர், பெங்களூரில் வசிக்கின்றார்.

**சு. தியடோர் பாஸ்கரனின்
சினிமா சார்ந்த பிற நூல்கள்**

சித்திரம் பேசுதடி, 2004
எமது தமிழர் செய்த படம், 2004
மீதி வெள்ளித்திரையில், 2009
பாம்பின் கண் – தமிழ் சினிமா ஓர் அறிமுகம், 2012
சொப்பன வாழ்வில் மகிழ்ந்தே, 2013
சினிமா கொட்டகை, 2018
தண்டோராக்காரர்கள், 2019
The Message Bearers, 1981
The Eye of the Serpent, 1996
Sivaji Ganesan, 2008
History Through the Lens, 2009
S.S. Vasan: The Story of a movie Moghul, 2020

எனது இனிய நண்பர்
சொர்ணவேல் ஈஸ்வரன் பிள்ளைக்கு
அன்புடன்

பொருளடக்கம்

- முன்னுரை 9
1. தமிழ்நாட்டில் விடுதலைப் போராட்டமும் வெள்ளித்திரையும் 13
2. பாண்டியனின் 'பிம்பச்சிறை' 31
3. 'கரைந்த நிழல்கள்': ஒரு பின்னுரை 36
4. சினிமா வரலாற்றிற்கு ஒரு சாளரம் 41
5. சபாநாடகங்களும் தமிழ் சினிமாவும் 45
6. திரையில் முஸ்லிம்கள் 52
7. திலீப் குமார் (1922–2021): நட்சத்திரங்களின் காலம் 56
8. ராண்டார் கை: ஒரு வரலாற்றின் ஆரம்பம் 60
9. மன்மத லீலையை வென்றார் உண்டோ?: தமிழ் சினிமாவும் பெண்ணுடல் நோக்கலும் 67
10. தமிழ் சினிமாவில் பாட்டும் பரதமும் 74
11. சினிமா ரசனையும் அரசியல் சினிமாவும் 83
12. 'கணேசா... காப்பாத்து' தமிழ் திரைப்படங்களில் யானைகள் 89
13. தமிழ்த்திரையும் தணிக்கையும் 99
14. 'உட்தா பஞ்சாப்' சர்ச்சை சொல்லுவது என்ன? 109

15.	திரையில் காட்டுயிர்	115
16.	ரமணியின் சினிமா	118
17.	தமிழ் சினிமாவிற்கு ஒரு ஆஸ்கார்	123
18.	குதிரைவால்: ஒரு மாய யதார்த்தவாத படைப்பு	133
19.	கருப்புதுரை: ஒரு ஒளிக்கீற்று	138
20.	மனுசங்கடா...	143
21.	காக்கா முட்டை	147
22.	புதுப்பிக்கப்பட்ட 'குடிசை'	155
23.	சிவதாண்டவம்	160
24.	விடுதலை இயக்கத்திலிருந்து சினிமாவிற்கு: இந்துலால் யாக்னிக்	165
☐	ஆசிரியரைப் பற்றி... தமிழ் சினிமாவின் முதன்மையான வரலாற்றாசிரியர் – அம்ஷன் குமார்	169
☐	சொல்லடைவு	178

முன்னுரை

சென்னையில் நான் சென்ற எல்லா இலக்கிய நிகழ்வுகளிலும், நுழைந்ததுமே செந்தில்நாதன் நூல்களை விற்றுக் கொண்டிருக்கும் காட்சியை கண்டு வியந்திருக்கின்றேன். தான் விற்கும் ஒவ்வொரு நூலின் உள்ளடக்கத்தைப் பற்றி அறிந்து பேசுவார். புத்தகங்கள்பால் அவரது பற்று என்னை ஈர்த்தது. அவருடைய பதிப்பகத்தின் மூலம் இந்த நூல் வெளிவருவதில் எனக்கு மிகுந்த மகிழ்ச்சி.

கடந்த ஐந்து ஆண்டுகளில் நான் வெவ்வேறு இதழ்களில் வெளியிட்ட கட்டுரைகளின் தொகுப்பு இது. என்னை எழுத உந்துவித்து இவைகளை வெளியிட்ட *இந்து தமிழ் திசை, உயிரெழுத்து, உயிர்மை, காலச்சுவடு, திட்டம், மணல்வீடு* இதழ்களுக்கு என் நன்றி. சினிமா சார்ந்த ஒரு நூலுக்கு நான் எழுதிய முன்னுரையையும், அதே போன்ற இன்னோரு நூலுக்கு அளித்த பின்னுரையையும் இந்த தொகுப்பில் சேர்ந்த்திருக்கின்றேன்.

அண்மையில் எங்கள் வீட்டிற்கு வந்த ஒரு வாசகர் நான் முதன்முதலில் எழுதிய சினிமா சார்ந்த கட்டுரை என்று ஒரு *கசடதபற* (1973) இதழை காண்பித்தார். அது மட்டுமல்ல, அதை எழுதி இம்மாதத்துடன் ஐம்பது ஆண்டுகள் ஆகின்றன என்பதை நினைவூட்டினார். 'சிவதாண்டவம்' என்ற அக்கட்டுரை ஏற்கனவே ஒரு தொகுப்பில் வந்துவிட்டாலும், எனது எழுத்து வாழ்வில் அதன் சிறப்பிடம் கருதி அதையும் இதில் சேர்த்துள்ளேன்.

இந்த நூலின் தலைப்பை எடுத்துத்துத் தந்த ஆசைத்தம்பிக்கும், அட்டைப்படத்தை வடிவமைத்துக் கொடுத்த ஓவியர் பூபதிக்கும், நூலை செப்பனிட்டுக் கொடுத்த முனைவர் சுடர்விழிக்கும் என் அன்பும் நன்றியும். சில ஒளிப்படங்களை ஞானம் கொடுத்து உதவினார். நூலை அச்சாக்கத்திற்கு அக்கறையுடன் உருவாக்கிய நண்பர் ஜீவமணிக்கு நன்றி.

பெங்களூரு **சு. தியடோர் பாஸ்கரன்**
ஜூன் 2023

வரலாறு

தமிழ்நாட்டில் விடுதலைப் போராட்டமும் வெள்ளித்திரையும்

ஆயிரமாயிரம் ஆண்டுகள் தொன்மையான ஒரு சமுதாயத்தில், முற்றிலும் ஒரு புதிய கலை தோன்றுகின்றது. மற்ற எந்த பாரம்பரிய நிகழ்கலை போலல்லாமல் முழுமையான தொழில் நுட்பம் சார்ந்த இக்கலை வேகமாக வளர்கின்றது. வெகுமக்களை ஈர்க்கின்றது. தோன்றி சில ஆண்டுகளிலேயே, மக்கள் விரும்பும் ஒரு பொழுதுபோக்கு கலையாகப் பரிணமிக்கின்றது. ஆம். அதுதான் அசையும் படக்கலையான சினிமா.

சினிமா நம் நாட்டில் தோன்றிய காலகட்டத்தில்தான் விடுதலைப் போராட்டம் தலைதூக்க ஆரம்பித்திருந்தது. தென்னாப்பிரிக்காவிலிருந்து காந்தி இந்தியாவிற்குத் திரும்பி வந்து (1915) தேசிய எழுச்சிக்குத் தலைமை தாங்க தொடங்கியிருந்த சமயம். 1912 இல் ஆரம்பித்த சலனப்படக்காலம் 1931 வரை நீடித்தது. மதராஸில் ஏறக்குறைய 124 முழு நீளக் கதைப்படங்கள் தயாரிக்கப்பட்டன.

இந்த புத்தம் புதிய, கட்புல ஊடகமான சினிமா, சுதந்திர போராட்ட காலத்தில் பல விதங்களில் அரசியல் பிரச்சாரத்திற்காக பயன்படுத்தப்பட்டது. ஆரம்ப முதலே தேசிய தலைவர்கள் பலர் சினிமாவிற்கு எதிராக நிலைப்பாடு எடுத்திருந்தாலும், தமிழ்நாட்டைப் பொறுத்தவரை திரைப்படக் கலைஞர்களும், இயக்குநர்களும் சுதந்திரப் போராட்டத்திற்கு பல விதத்தில் துணை நின்றார்கள் என்பதை நாம் நினைவில் கொள்ள வேண்டும்.

1919 இல் அமிர்தசரஸ் அருகே ஜாலியன்வாலா பாக் வளாகத்தில் பிரிட்டீஷ் அரசு நடத்திய 'பஞ்சாப் படுகொலை' தென்னாட்டுக் கம்பெனி நாடகக் கலைஞர்களை வெகுவாக உலுக்கியது. இவர்கள் நாடகங்களில் பிரிட்டீஷ் எதிர்ப்பு தலை தூக்க ஆரம்பித்தது. இக் கலைஞர்கள் பலர் சினிமாவில் நுழைந்தபோது, இவர்களுடன் இவர்கள் கொண்டிருந்த அரசியல் சிந்தாந்தமும் சினிமாவிற்குள் நுழைந்தது.

1927 இல் காந்தியடிகள் சினிமாவை The evil it has done is patent என்றார். மதராஸ் ராஜதானிக்கு முதல்வராக இருந்த ராஜாஜி சினிமா ஒழிக்கப்பட வேண்டிய ஒரு நச்சு என்று பேசினார். சினிமாவினால் எந்தப் பயனும் இல்லை என்றார் பெரியார். இது வெகுமக்களின் கேளிக்கை என்று படித்தவர்கள் ஒதுக்கினார்கள். தமிழ்நாட்டு எழுத்தாளர்களும் சினிமாவின் தோற்றத்தை கவனிக்கவில்லை. இதே காலகட்டத்தில், 1927 இல் வரலாற்றுப் புகழ் பெற்ற அந்த வாக்கியத்தை லெனின் சொன்னார் "உலகின் எல்லா கலைகளிலும் முக்கியத்துவம் வாய்ந்தது சினிமா தான்" என்று. ரஷியாவில் மட்டுமல்ல... பிரிட்டன், ஃபிரான்ஸ், ஜெர்மனி போன்ற நாடுகளிலும் இந்த புதிய கலையின் மகத்துவம் புரிந்து கொள்ளப்பட்டது. அரசும், எழுத்தாளர்களும், கல்விப்புலமும் சினிமாவின் தொடக்க காலத்திலேயே அதில் ஆர்வம் காட்டி வளர்த்தனர். ஆனால் நம் நாட்டிலோ சினிமாவின் ஆரம்பநிலை வேறு விதமாக இருந்தது. எதிர்மறையில் பார்க்கப்பட்டது.

இந்தச் சூழலில் சினிமா தேசிய எழுச்சிக்கு பயன்படக்கூடிய கலை என்று நம்பியவர் காங்கிரஸ் தலைவர் சத்தியமூர்த்திதான். அவரும் ஒரு கலைஞர். தமிழ் சினிமாவின் சகல பரிமாணங்களையும் அரசியலுக்கு முதலில் பயன்படுத்தியது இந்திய தேசிய காங்கிரஸ்தான். கலைஞர்களை யாவரையும் காங்கிரஸுக்குள் கொண்டு வந்து ஆதரவு காட்டியது காங்கிரஸ் தலைவர் சத்தியமூர்த்திதான். சினிமா தேசிய எழுச்சிக்கு பயன்படக் கூடிய ஒரு கலை என்று அவர் நம்பினார் அவரும் ஒரு கலைஞர். காங்கிரஸிற்குள் கலைஞர்களை கொண்டு வந்து ஆதரவு காட்டினார். தொழில்சாரா நாடகக் குழுக்களில் சேர்ந்து இயங்கி, நிகழ்கலை உலகிற்கும் அரசியலுக்கும் ஒரு பாலமாக விளங்கினார். இவருடைய தாக்கத்தால் பல கலைஞர்கள்

காங்கிரஸ் தலைவர் சத்தியமூர்த்தி மனோகரா நாடகத்தில்.

நேரிடையாகவும் அரசியல் போராட்டங்களில் கலந்து கொண்டு சுதந்திர இயக்கத்திற்கு ஆதரவு கொடுத்தார்கள். பலர் சிறை சென்றனர். தமிழ்நாட்டில் சினிமா - அரசியல் தொடர்பு இவ்வாறுதான் ஆரம்பித்தது. இந்த ஊடாட்டம் 1930களிலேயே தொடங்கிவிட்டது.

சினிமா கொட்டகையின் தோற்றம்

திரைப்படங்கள் முதலில் டெண்ட்டு கொட்டகைகளிலும் வாடகை கட்டிடங்களிலும் காட்டப்பட்டன. தென்னிந்தியாவின் முதல் நிரந்தர சினிமா அரங்கம், எலக்ட்ரிக் தியேட்டர், 1900 ஆம் ஆண்டு சென்னையில் திறக்கப்பட்டது. பின்னர் தமிழ்நாட்டின் பல இடங்களில் சினிமா கொட்டகைகள் தோன்றின. தாராபுரம் போன்ற சிறிய தாலுக்கா ஊரில் கூட 1927 இல் ஒரு நிரந்தர சினிமா அரங்கம் தோன்றியது. சினிமா கொட்டகை தமிழ்ச் சமூகத்தில் ஒரு சமூகப் புரட்சியை உருவாக்கியது எனலாம். ஜாதி, வர்க்க பேதமின்றி மக்கள் கூடிய முதல் பொது இடமாக

சினிமா கொட்டகை தோன்றியது. இதனால் அரசியல் பிரச்சாரம் செய்ய ஒரு வாய்ப்பும் வந்தது. சலனப்பட காலத்திலேயே திரைப்படம் அரசியல் பிரச்சாரத்திற்குப் பயன்படுத்தப்பட்டது.

சலனப்படங்களில் அரசியல் பிரச்சாரம்

1916 இல் கீசகவதம் என்ற சலனப்படம் எடுத்து தமிழ் சினிமாவை ஆரம்பித்து வைத்தவர் நடராஜ முதலியார். (காண்க The Report of the Indian Cinematogrph Committee 1927) அவரது கம்பெனிக்கு இந்தியா ஃப்லிம்ஸ் என்று பெயரிட்டதே ஒரு தேசிய உணர்வின் வெளிப்பாடுதான். வெளிநாட்டு நிறுவனங்களால் மேலை நாட்டு படங்கள் பெருமளவில் இறக்குமதி செய்யப்பட்டு திரையிடப்பட்ட காலகட்டத்தில் தனது நிறுவனத்திற்கு இப்பெயர் வைத்தார் முதலியார்.

தமிழ் சினிமாவின் ஆரம்ப காலமான இந்த சலனப்பட யுகத்திலேயே (1916-1934) தேசியப்பிரச்சாரம் துவங்கி விட்டது என்பதை முன்னமே குறிப்பிட்டேன். காந்தியடிகள் முக்கியத்துவம் கொடுத்த சமூக சீர்திருத்த கருத்துகள் பல திரைப்படங்களில் இடம் பெற்றன. தென்னிந்தியாவின் முதல் சமகாலப்படமான, ஏ. நாராயணன் இயக்கிய தர்மபத்தினி (1929) இல்லற அமைதியை குடி குலைப்பது பற்றியது. இதைத் தொடர்ந்து பல படங்களில் கள்ளுண்ணாமை பிரச்சாரம் இடம் பெற்றது. இயக்குநர் நாராயணன் தனது அரசியல் நிலைப்பாட்டை, விடுதலை போராட்ட ஆதரவை தனது படங்களில் வெளிப்படுத்தினார். ராஜா சாண்டோ இயக்கிய நந்தனார் (1930). படமும் கள்ளுண்ணாமையை வலியுறுத்தியது. இத்தகைய கருத்துக்கள் தேசிய இயக்கத்தில் வளர்ச்சியுடன் இணைந்திருந்தன.

திரைப்பட தணிக்கை

தேசிய பிரச்சாரத்திற்குச் சலனப்படம் பயன்படுத்தப்படுவதை உணர்ந்த பிரிட்டீஷ் அரசு 1918 ஆம் ஆண்டு தணிக்கை முறையை அமல்படுத்தியது. இந்தியாவில் இந்த திரைப்படத் தணிக்கை முதலில் ராஜதானி (மாநில) அரசின் காவல்துறையில் கையில் இருந்தது. அப்போது தணிக்கை வாரியத்திற்குப் படத்தை

போட்டுக் காட்ட வேண்டியது இல்லை. அவ்வப்போது ஆய்வாளர்கள் (போலீஸ் இன்ஸ்பெக்டர்கள்) அரங்கிற்கு வந்து பார்வையாளர்களுடன் படத்தைப் பார்ப்பார்கள். ஆட்சேபகரமான காட்சிகள் இருந்தால் நடவடிக்கை எடுப்பார்கள் பக்த விதுரா (1921) என்ற படம் இம்முறையில் முதன்முதலில் மதுரையில் தடை செய்யப்பட்டது. இந்த மகாபாரதக் கதையில் விதுரர் காந்தி தொப்பி அணிந்து நூல் நூற்பது போல் ஒரு காட்சியில் தோன்றியதுதான் இதற்கு காரணம்.

தேசிய உணர்வைத் தூண்டும் அம்சங்கள், பிரிட்டீஷ்காரரின் பெயருக்குக் களங்கம் விளைவிக்க கூடிய காட்சிகள், குறுநில மன்னர்களை இழிவுபடுத்துவது (அவர்கள் தான் ஆங்கிலேய அரசின் நண்பர்களாயிற்றே), இடதுசாரி கொள்கை, மத உணர்வைப் புண்படுத்துதல் போன்ற அம்சங்களை இந்த ஆய்வாளர்கள் உன்னிப்பாகக் கவனித்தனர்.

பேசும்படத்தின் வரவு

ஒலியின் வரவு சினிமாவை மக்களிடையே பிரபலமாக்கியது. பாடல்கள் நிரம்பிய திரைப்படங்கள் வெளிவந்தன. அன்றைய காலகட்டத்தில் சமூக, அரசியல் நிலவரங்களைச் சில பாடல்கள் அலசின, ஏற்கனவே நாடக உலகில் அரசியல் கருத்தமைந்த பல பாடல்கள் பிரசித்தி பெற்றிருந்தன. மதுரகவி பாஸ்கரதாஸ் போன்ற பாடலாசிரியர்களது படைப்புகள் மக்களிடையே பிரபலமாயிருந்தன. நாட்டுப்பற்றைப் போற்றும் அத்தகைய பல பாடல்கள் புதிதாய் தோன்றிய பேசும் படத்தில் பயன்படுத்தப்பட்டன. தேசிய கருத்துக்கள் இம்மாதிரியான திரைப்பாடல்கள் மூலம் மக்களிடையே பரப்பப்பட்டன. முதல் தமிழ்த் திரைப்படமான காளிதாஸ் (1931) ஒரு புராணக்கதையாக இருந்தாலும் 'காந்தியின் கை ராட்டினமே' என்று காந்தியைப் போற்றும் ஒரு பாடல் அதில் இடம் பெற்றிருந்தது குறிப்பிடத்தக்கது.

திரையில் பிரச்சார முறைகளும் செயல்பாடுகளும்

அக்காலகட்டத்தில் தீவிரமான அரசியல் சூழலும், உறுதியான வணிகத்தளமும், விடுதலை இயக்க ஆதரவு கருத்து கொண்டிருந்த

கலைஞர்களும் இருந்ததால் தமிழ் சினிமா மக்களின் அரசியல் ஈடுபாடுகளை பிரதிபலிக்கத் தொடங்கியது. தேசிய குறியீடுகளான ராட்டினம், காந்தி தொப்பி, கட்சிக்கொடி, தலைவர்களின் படங்கள் ஆகியவை திரையில் காட்சிப்படுத்தப்பட்டன.

தேசிய பாடலாசிரியர்கள் பிரபலமான பாடல்களை மாதிரிகளாகக் கொண்டு பல பாடல்களைத் தயாராக வைத்திருந்தனர். இது போன்று

சாதி மதங்கள் அனந்தம் உண்டாயினும்
தாயின் விலங்கை தகர்த்தெறிய
ஒரு மனத்தோடு எழுவமே
பாரத மாதா பரிபூரண சுதந்திரம் எய்துவளே.
- அனாதைப் பெண் (1938)

வழக்கமான புராணக் கருத்துக்களைப் படமாக்கிய சூழலிருந்து மாறி, 1935 இல் முதன்முதலாகப் பேசும் படம் சமகால கருத்தைக் கையில் எடுத்தது.

டம்பாச்சாரி, பணக்கார மைனர் ஒருவர், தனது உடல் நலத்தையும் பணத்தையும் சென்னை விபசாரக் கூடங்களில் இழப்பதைச் சித்தரித்த படம். அதை அடுத்து வந்த சமூகப்படம் *மேனகா* (1935). ஆதிதிராவிடர் மேம்பாடு, கள்ளுண்ணாமை போன்ற சீர்திருத்த திட்டங்களை ஆதரித்த இப்படம் தேசிய இயக்கத்திற்கு வலு சேர்த்தது. பெண்களது நிலை உயர வேண்டும் என்பதைப் பேசிய இப்படத்தில், பாரதியின் பாடல் ஒன்று இடம் பெற்றது. காங்கிரஸ் தொண்டர்கள் பாரதியின் பாடல்களைத் தொடர்ந்து பயன்படுத்தினர் என்பதை நினைவில் கொள்ள வேண்டும்.

கம்பெனி நாடகங்களில் இடம்பெற்ற பதிபக்தி நாடகம் போன்றவற்றில் கள்ளுண்ணாமை வலுவாக கையாளப்பட்ட கருவாகும். இந்த நாடகம் அதனால் மிகப்பிரபலமாயிற்று. இந்நாடகத்தைத் தழுவி உருவாக்கப்பட்ட *சதிலீலாவதி* (1935) *பதிபக்தி* (1936) படங்கள் மக்களிடம் வரவேற்பு பெற்றன. நல்ல குடும்பத்தில் வளர்ந்த இளைஞர் மதுவிற்கு அடிமையாகி தன்னையும் தன் இல்லத்தாரையும் வருத்தத்தில் ஆழ்த்துவதே இப்படத்தின் கதை. இறுதியில் அவன் இலங்கைக்குச் சென்று தேயிலை தோட்டத்தில் கடுமையாக உழைக்கின்றார். அவரது

எம்.கே. ராதாவும் எம்.எஸ். ஞானாம்பாளும் சதிலீலாவதியில்

மனைவி ராட்டையில் நூல் நூற்று பிழைப்பு நடத்துகின்றார் தேசிய சின்னங்களை அறிமுகப்படுத்தியதோடு, இப்படம் விடுதலை இயக்கத்தைப் போற்றும் பாடல்களையும் உள்ளடக்கி இருந்தது. அதோடு தமிழக உழைப்பாளிகள் இலங்கை தேயிலைத் தோட்டங்களில் படும் பாட்டையும் சுட்டி காட்டியது. சந்திரமோகன் அல்லது சமூகத்தொண்டு (1936) படத்தில் கதாநாயகனான, இளம் பட்டதாரி சந்திரசேகர் அரசுப்பணியைத் துறந்து தன் கிராமத்திற்கு திரும்பி, ஓர் ஆசிரமம் நிறுவி, கிராமப்புற மேம்பாட்டில் ஈடுபடுகின்றான். வரிகொடா இயக்க காலத்தில், அரசு வேலையை விட்டு விடுமாறு காந்தி விடுத்த அறைகூவலை இக்கதை நேரிடையாகக் குறிப்பிட்டது. காந்தியின் கிராமப்பொருளாதார வளர்ச்சி பற்றியும் சுட்டிய இப்படத்தில் பாரதமாதா வாழ்த்துப்பாடலும் இடம் பெற்றது.

புராணப்படங்களில் கூட தேசிய சின்னங்கள் காட்டப்பட்டன. அவை பல காட்சிகளில் செயற்கையாகவும் பொருத்தமற்று இருந்த போதிலும் இப்போக்கு தொடர்ந்தது. நவீன சாரங்கதாரா (1936) வில் அஸ்தினாபுர குடிமக்கள் மன்னர் நரேந்திரனின் கொடுங்கோல் ஆட்சிக்கு எதிராக கிளர்ந்து எழுந்தனர்.

அக்காட்சியில் பலர் காந்தி தொப்பி அணிந்திருப்பதாகச் சித்தரிக்கப்பட்டது.

பாடல்கள்

தேசியப் போராட்டத்தில் பங்கு பெற்று புகழடைந்திருந்த பாஸ்கரதாஸ், எம்.எஸ். பாலசுந்தரம் போன்ற பாடலாசிரியர்கள் சினிமாத்துறையில் இயங்க ஆரம்பித்தனர். சினிமா தணிக்கை அந்த காலகட்டத்தில் மாகாண அரசின் கையில் இருந்தது. பத்திரிகை, மேடை, திரை இவை உன்னிப்பாகக் கண்காணிக்கப்பட்டன. இருந்தாலும் மேடையிலும் திரையிலும் பாடல்கள் மூலம் தேசியக் கருத்துக்கள் பரப்பப்பட்டன. மக்களிடையே இப்பாட்டுக்கள் மூலம் தேசிய கருத்துக்கள் பரவ கிராமப்போன் இசைத்தட்டுக்கள் உதவின. சினிமாவில் வந்த தேசியப்பாடல்கள் இசைத்தட்டுகளாக வெளிவந்து திரைப்படங்களின் பிரச்சார பலத்தைக் கூட்டின. எடுத்துக்காட்டாக, *மாத்ருபூமி* (1939) என்ற படத்தில் இடம் பெற்ற *நமது ஜென்ம பூமி... நமது ஜென்ம பூமி...* என்ற பாடல் மக்களிடையே பிரசித்தி பெற்றது. நாற்பதுகளில் நான் பள்ளியில் படித்த போது இந்தப்பாடல் பள்ளியில் சில நிகழ்ச்சிகளில் பாடப்பட்டது நினைவிலிருக்கின்றது. முதன் முதலாக சாதி வர்க்க பேதமின்றி இசை யாவருக்கும் பொதுவானதாய் ஒலித்தது. அரசியல் மேடைகளில் இப்பாடல்கள் பாடப்படுவதைத் தடை செய்ய முடியவில்லை. பள்ளிக்கூடங்களிலும் தொடர்வண்டிகளில் பிச்சைக்காரர்களும் இந்தப் பாடல்களைப் பாடினர். முதலில் ஓடியன் கம்பெனி பிறகு சரஸ்வதி ஸ்டோர்ஸ் போன்ற நிறுவனங்கள் நாட்டுப்பற்றுப் பாடல்களைத் தனிப்பாடல்களாக வெளியிட்டன. ஜப்பானிலிருந்து மலிவான கிராமபோன்கள் இறக்குமதி செய்யப்பட்ட பின் இப்பாடல்கள் பட்டிதொட்டிகளிலும் கேட்கப்பட்டன.

கலைஞர்களின் அரசியல் ஈடுபாடு

திரைப்படக் கலைஞர்கள் இரண்டு வகையில் தங்களை அரசியலில் ஈடுபடுத்திக்கொண்டார்கள். திரையின் மூலம் தேசிய கருத்துகளைப் பரப்புவது. இரண்டாவது நடிகர்கள் நேரிடையாக அரசியலில் ஈடுபடுவது. இத்தைகைய பிணைப்பை

ஊக்குவித்தவர் சத்தியமூர்த்தி. கலைஞர்கள் யாவரையும் காங்கிரஸுக்குள் கொண்டு வந்து அவர் ஆதரவு காட்டினார். நடிகர் நாகையாவை கௌஹாட்டி காங்கிரஸ் மாநாட்டிற்கு ஒரு பிரதிநிதியாக அனுப்பினார். தமிழ் சினிமாவின் சகல பரிமாணங்களையும் அரசியலுக்கு முதலில் பயன்படுத்தியது காங்கிரஸ்தான் என்பதை நாம் மனங்கொள்ள வேண்டும்.

தமிழக அரசியலில் முக்கியமானவராக இயங்கிய சத்தியமூர்த்தி நிகழ்கலைகளில் மிகுந்த ஈடுபாடு கொண்ட புரவலராக இருந்தார். அவர் எப்போதுமே, நாடகம், நடனம், போன்ற கலைகள் அரசியலில் பயன்படுத்தப்படவேண்டும் எனத் தொடர்ந்து வலியுறுத்தியவர். பேசும் படம் தோன்றியதும் மக்களிடம் தேசிய கருத்துக்களை எடுத்துச்செல்ல இந்த ஊடகத்திற்கு இருந்த சாத்தியத்தை அவர் புரிந்து கொண்டார். அடுத்த முப்பது ஆண்டுகளுக்கு சினிமாதான் வலுவான ஊடகமாகக் கோலோச்சும் என்றும் படிப்பறிவில்லாத மக்கள் நிறைந்த இந்தியா போன்ற நாடுகளில் இது மாதிரியான பொழுபோக்கு வடிவங்கள் சமகால சமூக, அரசியல் அக்கறைகளைத் தீவிரமாக கையில் எடுக்கும் என்று நம்பினார்.

திரைப்படத் துறை மேல் சத்தியமூர்த்திக்கு நல்ல செல்வாக்கு இருந்தது. தென்னிந்திய திரைப்பட வணிகக் கழகத்திற்கு (South Indian Film Chamber of Commerce) அவர் முதல் தலைவராக தேர்ந்தெடுக்கப்பட்டார். அந்த நிறுவனத்தில் சட்டதிட்டங்களை சத்தியமூர்த்திதான் எழுதினார். மேல்தட்டு மக்கள், படித்தவர்கள், சினிமாவைப் பண்பாட்டுத் தரமற்ற ஊடகமாக கருதிய காலத்தில், சத்தியமூர்த்தியின் ஆதரவு சினிமாவின் பங்களிப்பை வேறொரு கோணத்தில் காட்டியது. தமிழிலும் ஆங்கிலத்திலும் தொடர்ந்து எழுதிய அவர் தன் கட்டுரைகளில் சினிமாவின் பங்குபற்றி வலியுறுத்தினார். பிற தலைவர்களையும் சினிமாவைச் சிரத்தையாக அணுகும்படி வேண்டினார். பிரபல சங்கீத வித்வான் மகாராஜபுரம் விஸ்வநாதனை, நந்தனார் (1935) படத்தில் வேதியர் வேடம் ஏற்கும்படி செய்தது சத்தியமூர்த்திதான். இந்தப் படத்தில் தான் கே.பி. சுந்தராம்பாள் நந்தனாராக நடித்தார்.

இருபது ஆண்டுகளுக்கு மேலாக தமிழ் சினிமாவில் கோலோச்சிய கலைவாணர் என்.எஸ். கிருஷ்ணன், ஒத்துழையாமை காலத்தில் தேசியப் பிரச்சாரத்தில் தீவிரமாக ஈடுபட்டிருந்தார். காந்தியடிகளின் உப்பு சத்தியாகிரகத்தைக் கதையாக எழுதி, வில்லுப்பாட்டு வடிவில் நாடகங்களில் இடம் பெறச் செய்தார். அதை ஒரு தனி நிகழ்ச்சியாகவும் நடத்தினார்.

அரசியலில் நேரிடையாக ஈடுபட்ட திரைப்பட கலைஞர்களில் வரலாற்றில் இடம் பிடித்தவர் கே.பி. சுந்தராம்பாள் (1908-1980) மேடையிலும் திரையிலும் நடித்த இவர் பல தேசப்பற்றுப் பாடல்களையும் இசைத்தட்டாக வெளியிட்டிருக்கின்றார். 1937 ஆம் ஆண்டு தேர்தலில் காங்கிரசிற்காகப் பிரச்சாரம் செய்தார். பல கச்சேரிகள் நடத்தி பிரபலபடைந்திருந்த இவருடைய அரசியல் குரு சத்தியமூர்த்தி, இவரை பிரச்சாரத்திற்காக நன்கு பயன்படுத்திக்கொண்டார். அரசியல் கூட்டங்களில் சுந்தராம்பாள் முதலில் பாடி பெருங்கூட்டத்தை ஈர்ப்பார். பின்னர் சத்தியமூர்த்தி பேசுவார். ஓட்டுடையோரெல்லாம் கேட்டிடுவீரே என்ற இவர் பாடல் தேர்தல் கூட்டங்களில் பிரபலமடைந்தது. அந்தத் தேர்தலில் காங்கிரஸ் மகத்தான வெற்றி பெற்றது. 215 தொகுதிகளில் 159 ஐ காங்கிரஸ் கைப்பற்றியது.

இந்தக் கால கட்டத்தில் தான் சுந்தராம்பாள் சினிமாவில் ஒரு நட்சத்திரமாக பிரகாசிக்க ஆரம்பித்தார். *மணிமேகலை* (1940), *நந்தனார்* (1942) போன்ற படங்களில் நடித்து புகழ் பெற்றார். இவரது மறக்க முடியாத படம் *ஔவையார்* (1953) தமிழ்க் கவிதாயினி ஔவையாரைப் பற்றிய, பாடல்கள் நிறைந்த படம் இது. இந்தியாவிலேயே இவர்தான் சட்டசபையில் நுழைந்த முதல் திரைக்கலைஞர். 1958 இல் இவர் தமிழ்நாடு மேல்சபைக்கு உறுப்பினராக்கப்பட்டார். அன்று ஆரம்பித்து சினிமா கலைஞர்களின் சட்டசபை பிரவேசம் தமிழ்நாட்டில் இன்று வரை நீடிக்கின்றது.

சுதேசி இயக்கத்தில் காந்தியுடன் இணைந்து பணியாற்றிய கோவை அய்யாமுத்து, இன்பசாகரன் என்ற வெற்றிகரமான நாடகத்தை எழுதியிருந்தார். பாண்டிய அரசன் இலங்கையை ஆக்ரமித்த போது கிளம்பிய எதிர்ப்பை ஒப்பிட்டு பேசிய உருவக (allegory) நாடகம் அது. இயக்குனர் கே. சுப்ரமணியம்

கே.பி. சுந்தராம்பாள் மேல்சபை உறுப்பினராக சேர்வது.
சென்னை ராஜ்பவனில். பம்மல், கவர்னர் மேதி, கக்கன் உடனிருக்கின்றனர்.

அதே தலைப்பில் இக்கதையைப் படமாக்கினார். ஆனால் ஸ்டுடியோவில் நடந்த தீ விபத்தில் அப்படச்சுருள்கள் எரிந்து போயின.

மதராஸ் ராஜதானியில் காங்கிரஸ் ஆட்சி

1937 இல் நடத்தப்பட்ட பொதுத் தேர்தலில் மதராஸ் மாகாணத்தில் ராஜாஜி தலைமையிலான அரசு ஆட்சிப் பொறுப்பேற்றதும் தணிக்கை விதிகள் வெகுவாகத் தளர்த்தப்பட்டன. தணிக்கையே இல்லாத நிலை நிலவியது. மாகாண அரசின் கட்டுப்பாட்டில் தணிக்கை வாரியம் மாற்றியமைக்கப்பட்டது.

தணிக்கையிலிருந்து தப்பிக்க மறைமுகத் திரைப்பட உத்திகளைக் கையாண்ட இயக்குநர்கள் இந்தப் புதிதாக கிடைத்த கருத்து சுதந்திரத்தை முழுமையாக பயன்படுத்த விரும்பினர். காங்கிரஸ் இடைக்கால அரசு நீடித்த இரண்டரை ஆண்டுகளில் நாட்டுப்பற்று பேசும் திரைப்படங்கள் தமிழ்நாட்டில் உச்சத்தை தொட்டன. நேரிடையான பிரச்சார படங்களான வாலிபர் சங்கம் (1938), ஹரிஜனப்பெண் (1938), ஆனந்தாஸ்ரமம் (1939), தேசபக்தி (1939) ஆகியவை வெளியாகின. மாத்ருபூமி (1939) அலெக்ஸாண்டரின்

மாத்ருபூமி படத்தில் தர்பார் காட்சி

படையெடுப்பையும் அதற்கு இந்த மன்னர்களின் எதிர்ப்பையும் உருவகக் கதையாக காட்டியது. இம்மாதிரியான படங்களில் அரசியல் பிரச்சாரம் வெளிப்படையாக இடம் பெறலாயின.

இத்தகைய படங்களில் இந்திய சினிமா வரலாற்றில் சிறப்பு இடம் பிடித்தது *தியாகபூமி* (1939) இப்படத்தின் பிரதி ஒன்று புனேயில் உள்ள தேசிய திரைப்பட ஆவணக்களரியில் பாதுகாக்கப்படுகின்றது.

தியாகபூமி

தியாகபூமி படத்தை உருவாக்கிய கே. சுப்ரமணியம் ஒரு தேசியவாதி. பழமைவாதத்தின் இருப்பிடமாயிருந்த கும்பகோணத்தில் பிராமண சமூகத்தில் 1904 இல் பிறந்த இவர் வழக்கறிஞராவதற்கான கல்வி பெற்று 1928 இல் அதனைத் துறந்து மதராஸ் அசோசியேட் பிலிம்ஸ்ஸில் பணியாற்ற ஆரம்பித்தார். பின்னர் மெட்ராஸ் யுனைட்டட் ஆர்டிஸ்ட்ஸ் கார்பரேஷன் என்ற நிறுவனத்தைத் தொடங்கி பல படங்கள் எடுத்தார். அவருடைய எல்லா படங்களிலும், குறிப்பாக *பாலயோகினி* (1936) படத்தில் பூசாரிகள் பற்றிய விமர்சனப் பார்வை முன் வைக்கப்பட்டது.

கே. சுப்ரமணியம் காங்கிரஸில் சேர்ந்ததும் அவரது படங்களில் நாட்டுப்பற்றின் தாக்கம் மேலும் கூடியது. வேரூன்றிய பல சமூகப் பழக்கங்களை மறுபரிசீலனை செய்யவும் கோரிக்கைகள் அவர் படங்களில் வைக்கப் பெற்றன. பொதுவாக இயக்குநர்கள், நடுத்தர வர்க்க மக்களின் நம்பிக்கைகளை கேள்விக்குள்ளாக்க தயங்கிய காலத்தில் சுப்ரமணியம் அவைகளைத் தயக்கமின்றி எதிர்த்துப் பேசினார்.

அவரது படங்களில் சிறந்ததாக நினைவு கூறப்படும் *தியாகபூமியின்* கதைக்களம், தஞ்சாவூர் பகுதியிலுள்ள நெடுங்கரை கிராமம். ஏழை அர்ச்சகர் சம்பு சாஸ்திரி, அவரது ஒரே மகள் சாவித்திரி, தலித் பண்ணையாள் நல்லான், இவர்கள் தான் முக்கிய கதை மாந்தர்கள். மணவாழ்வு சீர்கெட்டு போனதால், கர்ப்பிணியான சாவித்திரி தந்தை வீட்டுக்கு திரும்புகின்றாள். தலித் மக்களை ஆதரித்த சம்பு சாஸ்திரிக்குப் பிற பிராமணர்கள் கொடுத்த தொந்தரவு தாளாமல் ஊரை விட்டே போய் விட்டதை அறிகின்றாள். அவரைத்தேடி மதராஸிற்கு வந்த சாவித்திரி. தற்செயலாக அவரைக் காண சாஸ்திரி அறியாமல் தன் குழந்தையை அவர் அருகே விட்டு விட்டு போய் விடுகின்றாள். சில ஆண்டுகள் கழித்து, அவள் செல்வாக்குடனும் பணத்துடனும்

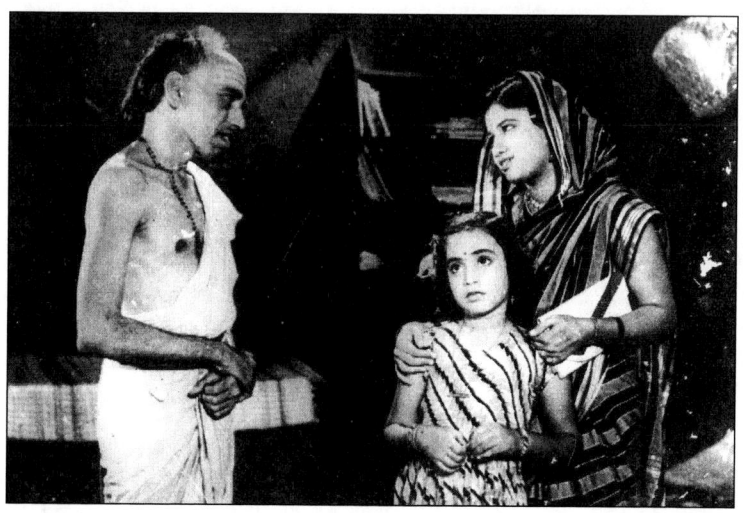

தியாகபூமி படத்தில் பாபநாசம் சிவன், எஸ்.டி. சுப்புலட்சுமி, பேபி சரோஜா

மதராஸ் திரும்புகின்றாள். சம்பு சாஸ்திரி சேரிகளில் தலித் மேம்பாட்டிற்குப் பாடுபடுவதில் தன்னை ஈடுபடுத்திக் கொண்டிருப்பதை அறிகின்றாள். இதற்கிடையில் சாவித்திரியின் கணவன் அவளது சொத்து சுகத்திற்காகத் தனது மண உறவை மீட்டுத்தருமாறு வழக்கு தொடுக்கின்றான். நீதிமன்றம் அவனுக்கு ஆதரவாக தீர்ப்பு வழங்குகின்றது. ஆனால் சாவித்திரி சுதந்திர இயக்கத்தில் இணைந்து சிறை செல்கின்றாள். அவளது கணவன் மனந்திரும்பி, அரசியல் போராட்டத்தில் ஈடுபட்டுக் கைதானதை அறிகின்றாள்.

தமிழகத்தின் காந்தி என்று படத்தில் வர்ணிக்கப்படும் சம்பு சாஸ்திரி ஊரெங்கும் சென்று விடுதலை பிரச்சாரம் செய்கின்றார். அவரது தலைமையில் நடக்கும் பேரணிகளில் பார்ப்பனரும் தலித்துகளும் ஒன்றாகத் தாரை தப்பட்டையோடு வீறு நடை போடுகின்றனர். சேரி வாழ்வை மாற்றுவதற்கான பிரச்சாரத்தை சாஸ்திரி தொடங்குகின்றார். கள்ளுக்கடைகள் சூறையாடப்படுகின்றன. தெருக்கள் சுத்தப்படுத்தபடுகின்றன. ஒரு காட்சியில் பெருங்கூட்டமாக மக்கள் நூல் நூற்கும் காட்சி இடம் பெறுகின்றது. நூல் நூற்பை ஒரு சடங்கு நிகழ்வாக காந்தி பின்பற்றியதை இக்காட்சி பிரதிபலித்தது. காந்தியைப் போலவே சாஸ்திரி மேடையில் ராட்டையில் நூல் நூற்க, சேரி மக்கள் அவரைச் சுற்றி அமர்ந்து நூற்பது போன்ற காட்சி இடம் பெற்றது. அதை அடுத்து, காந்தி பற்றிய செய்திச்சுருள் காட்சிகள் தொடருகின்றன.

இந்தப் படத்தில் சாதி எதிர்ப்பு நிலைப்பாடு நல்ல தாக்கத்தை ஏற்படுத்தியது. பாபநாசம் சிவம் சம்பு சாஸ்திரியாக நடித்தார். கதையை கல்கி கிருஷ்ணமூர்த்தி எழுதியிருந்தார். இங்கு நினைவில் கொள்ள வேண்டியது, அது வெளியான போது *தியாகபூமி* தடை செய்யப்படவில்லை. அப்போது ராஜாஜியின் தலைமையில் காங்கிரஸ் மதராஸ் மாகாணத்தில் ஆட்சியில் இருந்தது. ஐந்தாண்டுகளுக்குப் பின் 1944 இல், போர்க்கால தணிக்கையின் போதுதான், மற்ற சில படங்களுடன், *தியாகபூமியும்* தடை செய்யப்பட்டது. இந்தியாவிற்குச் சுதந்திரம் கிடைப்பது நிச்சயம் என்று தெரிந்த பிறகு, 1945 இல் மதராஸ் மாகாணத்தில். தணிக்கை முறை முழுவதுமாக தளர்த்தப்பட்டது.

அருட்தொண்டர்களும் தேசியமும்

இக்காலகட்டத்தில் அருட்தொண்டர்களின் வாழ்க்கைப் பற்றிய படங்கள் பல வெளிவந்தன. அவை விடுதலை இயக்கத்திற்கு ஆதரவாக இருந்ததுடன். சினிமா என்ற ஊடகத்திற்கு அதுவரை இல்லாத ஒரு மரியாதையையும் பெற்றுத் தந்தது. தேசியத் தலைவர்கள் முன்னெடுத்த சமூக சீர்த்திருத்தங்கள் பல அருட்தொண்டர்களின் கருத்தோடு ஒத்துப்போவதாக இப்படங்கள் காட்டின. இதனால் சீர்த்திருத்த இயக்கத்திற்கு மதத்தின் அங்கீகாரம் கிடைத்தது. *ஜோதி ராமலிங்க சுவாமிகள்* (1939) பத்தொன்பதாம் நூற்றாண்டில் வாழ்ந்த தமிழகத்தைச் சேர்ந்த வள்ளலார், சாதிக்கு எதிராக பேசியதை வலியுறுத்தியது.

காந்திய கொள்கையான மத நல்லிணக்கத்தை வலியுறுத்தும் வகையில், *பக்த ராமதாஸ்* (1935) இராமர் கோவில் கட்ட நிலத்தை ஹைதராபாத் நவாப் தானம் செய்தது பற்றிப் பேசியது. தீண்டாமை, அரிசனர்கள் கிறிஸ்துவத்திற்கு மதமாற்றம் செய்வது ஆகியவற்றை *லட்சுமி அல்லது ஹரிஜனப்பெண்* (1937) படம் பேசியது.

பழங்கால செவ்வியல் நூல்கள், மற்றும் சீர்திருத்தம் பேசிய நாடகாசிரியர்களின் பனுவல்கள் ஆகியவற்றைத் தழுவி எடுக்கப்பட்ட படங்களில் ஜெமினியின் *நந்தனார்* (1939) முக்கியமானதாகும் காந்திய சமூக வளர்ச்சி திட்டங்களில் தீண்டாமை இடம் பெறும் முன்பே, கோபாலகிருஷ்ண பாரதி தீண்டாமை கொடுமையைத் கடுமையாக எதிர்த்தார். பாடல் வடிவில் கதை சொல்லும் இப்படம் இசை நாடக பாணியை அடிப்படையாகக் கொண்டது. கோபாலகிருஷ்ண பாரதியின் வீச்சு படத்திலும் இருந்தது. எம்.எம். தண்டபாணி தேசிகரின் பாடல்கள் படத்திற்கு கூடுதல் வலுவூட்டின.

மௌனப்பட யுகத்தில் தொடங்கி, பேசும்பட காலத்திலும் தொடர்ந்து நீடித்த ஒரு வடிவம் சண்டைப் படங்கள். அவற்றிலும் எப்படியாவது, சம்பந்தம் இல்லாத ஒரு பாடல் காட்சி அல்லது தேசியத்தைப் போற்றும் காட்சி திணிக்கப்பட்டது. *பம்பாய் மெயில்* (1939) படத்தில் முதல் காட்சி காங்கிரஸ் தொண்டர்கள் மூவர்ணக் கொடிகளோடு வருவதைக் காட்டியது. *மாயா*

மாயவன் (1938) படத்தில் காந்தியைப் புகழும் பாடல் ஒன்று இடம் பெற்றது.

ஆவணப் படங்களும் பிரச்சாரமும்

தேசிய இயக்கத்தின் வெகுசன அடித்தளத்தை மேம்படுத்தும் முயற்சியில், பல தயாரிப்பாளர்கள் காங்கிரஸ் நிகழ்வுகளைச் செய்தி சுருள்களாக தயாரித்து, முழு நீள திரைப்படங்களோடு, குறும்படங்களாகத் திரையிட்டனர். மௌன யுகத்தில் தோன்றிய ஆவணப்பட இயக்கம், பேசும்பட காலத்தில் வீச்சிலும் தாக்கத்திலும் பன்மடங்கு தீவிரம் பெற்றது. தேசிய இயக்க காட்சிகள், தலைவர்களின் உரைகள், காங்கிரஸ் மாநாடுகள் ஆகியவற்றை திரையில் காட்டி மக்களை தேசிய இயக்கத்திற்குள் ஈர்த்தனர்.

அன்றைய திரைப்பட இயக்குனர்களில் முன்னோடியாக இருந்த ஏ. நாராயணன் காங்கிரஸ் 1937 தேர்தலில் போட்டியிட்ட போது வேட்பாளர் சத்தியமூர்த்தியை ஆதரித்து ஒரு பிரச்சாரப் படம் தயாரித்தார். சத்தியமூர்த்தியும் புலாபாய் தேசாயும் பிரச்சாரம் செய்யும் காட்சிகள் அடங்கிய குறும்படம் இது.

இத்தகைய முயற்சிகளில் சிறப்பாக அமைந்தது ஏ.கே. செட்டியார் 1940 இல் எடுத்த மகாத்மா காந்தி படம். சென்னையிலிருந்த தேசியவாதியும் எழுத்தாளருமான செட்டியார், பி.வி. பதியை தொழில்நுட்ப இயக்குனராகக் கொண்டு காந்தி படத்தை நான்கு மணி நேர ஆவணப் படமாக உருவாக்கினார். செட்டியார் காங்கிரஸ் தலைவர்களின் ஒத்துழைப்பைப் பெற்றார். த.நா. குமாரஸ்வாமி இதன் திரைக்கதையை எழுதினார். நாவலாசிரியை வை.மு. கோதைநாயகி அம்மாள், நடிகர் செருக்களத்தூர் சாமா, தேசிய இயக்கத் தலைவர் ச. கணேசன் ஆகியோர் படத்திற்கு வர்ணனைகளைப் பின்னணியில் (off screen voice) பேசினர். டி.கே. பட்டம்மாள், சூர்யகுமாரி ஆகியோர் பின்னணி பாட்டு பாடினர். சில மேலைநாட்டு செய்தி காட்சி நிறுவனங்களிடமிருந்து காந்தி தொடர்பான காட்சிகளை செட்டியார் விலைக்கு வாங்கினார். அவரும் சில காட்சிகளை, பதியின் உதவியுடன் படமாக்கினார். இதில் ஒன்று நேரு நூல் நூற்கும் அரிய காட்சி. இன்னொன்று திருப்பூர்

அருகே நெய்க்காரப்பட்டியில் பல நூறு பெண்கள் நூல் நூற்கும் காட்சி. இவையனைத்தையும் தொகுத்து ஓர் ஆவணப் படமாக வெளியிட்டார். தணிக்கை முறை இறுக்கமாக இருந்த இந்த உலகப்போர் ஆண்டுகளில் செட்டியாரின் படம் எந்த வெட்டும் இல்லாமல் திரையிட அனுமதிக்கப்பட்டது. ஆனால் இந்த அரிய தமிழ்ப்படம் தொலைந்து போனது வரலாற்று அவலம். அவர் வாங்கி தனது படத்தில் பயன்படுத்திய அந்த செய்திப்படச் சுருள்கள் இப்போது காணக்கிடைக்கின்றன. மதுரை காந்தி அருங்காட்சியகத்தில் அவற்றைப் பார்க்கும் வாய்ப்பு பெற்றேன். ஆனால் செட்டியார் உருவாக்கிய 4 மணி நேர தமிழ் ஆவணப் படம் *மகாத்மா காந்தி* இன்றும் தேடப்பட்டு வருகின்றது.

இரண்டாம் உலகப்போர்

இரண்டாம் உலகப்போரில் இந்தியா பங்கேற்றதற்கு எதிர்ப்பு தெரிவிக்கும் வகையில் 1939 இல் மதராஸ் ராஜதானியில் அதிகாரத்தில் இருந்த காங்கிரஸ் அமைச்சு பதவி விலகியது. மீண்டும் அச்சு ஊடகங்களுக்கும், மேடைக்கும் திரைக்கும் தணிக்கை விதிகள் இறுக்கமாக்கப்பட்டன. தேசிய பிரச்சாரம் செய்யும் படங்கள் வருவது நின்றது. பிரிட்டீஷ் அரசு திரைத்துறையை நெருக்க ஆரம்பித்தது. படத் தயாரிப்பாளர்கள் தங்களுக்கு தேவையான கச்சாப் பொருட்களுக்கு அந்நிய நாடுகளிலிருந்து இறக்குமதியை மட்டுமே நம்பியிருந்தனர். போர்க்காலத் தடைகள் காரணமாக கச்சா பிலிம் சுருள்களை இறக்குமதி செய்வது சிரமமானதால் திரைப்படத் தயாரிப்பு பெரிதும் பாதிக்கப்பட்டது. அதோடு போர்க்கால எச்சரிக்கை நடவடிக்கையான மின் துண்டிப்பு, பெட்ரோல் வினியோகத்தில் கட்டுப்பாடுகள், அச்சம் நிறைந்த புரளிகள் எனத் திரைப்பட தயாரிப்பில் நிறைய தடைகள் ஏற்பட்டன. ஜப்பானுடன் ஏற்பட்ட விரோதம் காரணமாக பர்மாவில் தமிழ் சினிமா சந்தை மூடப்பட்ட்து. வேறுபல கிழக்காசிய நாடுகளிலும் இதே நிலைமை ஏற்பட்டது. 1940 இல் 36 படங்கள் தயாரித்த தமிழ்ப் படவுலகில் 1943 இல் 15 படங்கள் மட்டுமே தயாரிக்கப்பட்டன.

போர்க்காலத்தில் அமுல்படுத்தப்பட்ட கச்சா பிலிம் தட்டுப்பாட்டை எதிர்கொள்ள பிரிட்டீஷ் அரசு ஒரு படம் 11,000 அடிக்கு மேல் இருக்கக்கூடாது என்ற விதியைக் கொண்டு

வந்தனர். போரை ஆதரித்து படம் எடுத்தால் படச்சுருள் எளிதாக கிடைக்கும். ஆகவே அந்தக் காலகட்டத்தில் பல பர்மா ராணி போன்ற போர் ஆதரவு படங்கள் வெளிவந்தன. இதில் நகை முரண் என்னவென்றால் தேசப்பற்று படங்கள் எடுத்த சில இயக்குநர்களே இந்த போர் ஆதரவு படங்களையும் எடுத்தனர்.

சத்தியமூர்த்தியின் மறைவு

1943 இல் சத்தியமூர்த்தியின் மறைவிற்குப் பின் அரசியல் தலைமையுடனான பிணைப்பைத் தமிழ் சினிமா இழந்தது. படித்தவர்களுக்கும் சினிமாவிற்குமான பொருட்செறிவு மிக்க தொடர்பு வலுப்பெற உருவாகியிருந்த வாய்ப்பு நாட்டின் விடுதலையோடு மறைந்து போனது.

1947க்கு பின்னர் வந்த தமிழ்த் திரைப்படங்கள் 1930, 1940களின் தேசப்பற்று சினிமாவிலிருந்து முழுதும் வேறுபட்டு அமைந்தன. தேசியத்தை போற்றி சில படங்கள் வந்தன. நாம் இருவர், தாய் நாடு (இரண்டுமே 1947) அந்த காலகட்டத்தில் தேசப்பற்று திரையில் ஒரு விலை போகும் பொருளாகி விட்டது.

□ திட்டம், மார்ச் இதழ் 2022

பாண்டியனின் 'பிம்பச்சிறை'

இந்தியாவில் சினிமா தோன்றி வளர்ந்து பல பத்தாண்டுகளான பின்னரும் கல்விப்புலம் இந்தப் புதிய கலையைக் கவனிக்கவேயில்லை; மாறாக கவனிக்கப்பட இதற்கு தகுதியில்லையென்றே பேராசிரியர்கள் கருதினர். எந்த ஆய்வகமோ பல்கலைக்கழகமோ சினிமாவை கண்டுகொள்ளவேயில்லை. நம் நாட்டில் சினிமா பற்றிய ஆய்வுகள் முதன் முதலில் கல்விப் புலத்தைச் சாராதவர்களால்தான் செய்யப்பட்ட்து. *The Painted Face: Studies in India's Popular Cinema* என்ற நூலை எழுதிய கல்கத்தா பிலிம் சொசைட்டியைப் பின்புலமாகக் கொண்ட சித்தானந்த தாஸ் குப்தா முதலில் நினைவிற்கு வருகின்றார். பின்னர் பம்பாயில் வசித்த மத்திய அரசு அதிகாரியான இக்பால் மசூத் திரைப்படங்கள் பற்றி எழுதி *(Dream Merchants, politicians and Partition)* இது கவனிக்கப்பட வேண்டிய தளம் என்று காட்டினார்.

1970 இல் சென்னையில் தங்கி, தமிழ் சினிமா நடிகர்களின் அரசியல் ஈடுபாடு பற்றி ஆய்வை மேற்கொண்டிருந்த இளம் அமெரிக்க ஆய்வாளர் ராபர்டு ஹார்டுகிரேவ் (Robert Hardgrave) பலரது கவனத்தை ஈர்த்தார். தமிழ் சினிமாவுடன் கல்விப் புலத்தின் ஈடுபாடு இவருடன் தொடங்கியது எனலாம். முன்னர் இவர் திமுக பற்றி ஆய்வு செய்து சிறு நூலொன்றை வெளியிட்டிருந்தார். தமிழ்நாட்டு அரசியலைப் புரிந்து கொண்டிருந்த இவர் சிக்காகோ பல்கலைக்கழகத்தை சேர்ந்தவர். இவரது கட்டுரைகள் *Economic and Political Weekly* போன்ற இதழ்களில் வெளியாகின. தமிழ் சினிமாவை ஓர் ஆய்வுத் தளமாக அடையாளம் காட்டினார்.

1980களில் கிராம்ஸியின் சிந்தாந்தம் கல்விப் புலத்தில் பரவி, விளிம்பு நிலை மக்களைப் பற்றிய உணர்வு (Subaltern Studies) ஆய்வாளர்களை ஈர்த்தது. இதன் ஒரு பரிமாணமே வேகமாகப் பரவிய Cultural Studies. அடித்தள மக்களின்பால் மிகுந்த தாக்கம் ஏற்படுத்தியிருந்த சினிமா, கல்விப்புல ஆய்வாளர்களை ஈர்த்ததில் வியப்பில்லையே. பல மேற்கத்திய ஆய்வாளர்கள், அதிலும் மானிடவியலாளர்கள், இந்திய சினிமாவை ஒரு ஆய்வுத் தளமாக பார்க்க ஆரம்பித்தனர். இவர்களில் சிலர் தமிழ் சினிமா பக்கம் வந்தனர். ஆனால் தமிழ் மொழியில் புலமை இன்மை, மொழி சார்ந்த பண்பாட்டில் அக்கறை இன்மை, பலருக்கு சினிமா எனும் கலை பற்றிய பரிச்சயம் ஏதும் இன்மை அவர்களது ஆய்விற்கு குறையாக அமைந்தது. சினிமா போன்ற வெகுமக்கள் ஊடகத்தை ஆராய உள்ளூர் மொழி பற்றிய பரிச்சயம் தேவையாகின்றது. எல்லா மூல ஆதாரங்களும் தமிழில் தான் உள்ளன. பாடல்கள், உரையாடல்கள் மட்டுமல்ல, விமர்சனங்கள், நடிகர்கள் பற்றிய தகவல்களும் தமிழில் தான் கிடைக்கின்றன. ஆகவே மேற்கத்திய ஆய்வாளர்கள், தமிழ்த் திரைப்படங்களின் உள்ளடக்கத்தைப் பற்றி பேசாமல், அதன் தாக்கத்தைப் பற்றியும் ரசிகர் மன்றங்கள், போஸ்டர்கள் போன்ற மற்ற பரிமாணங்களைப் பற்றியும் எழுதிப் பெயர் பெற்றனர்.

1992 இல் லண்டனிலுள்ள பிரிட்டீஷ் நூலகத்தில், நுழைவாயிலில் உள்ள பதிவேட்டில் என் பெயரை எழுதும் போது, பாண்டியனின் பெயரையும் அதில் பார்த்தேன். அந்த வருடம்தான் வெளிவந்திருந்த, எம்.ஜி.ஆர் பற்றிய அவரது புத்தகத்தை நான் வாசித்திருந்தேன். உள்ளே வாசிப்பறையிலிருந்த ஒரே இந்திய இளைஞரிடம் சென்று, "பாண்டியன்... நான் பாஸ்கரன்" என்று அறிமுகப்படுத்திக் கொண்டேன். மதியம் அருகிலுள்ள உணவகத்திற்கு அழைத்துச் சென்றார். 'ஜாக்கட் பொட்டேடோ' எனும் உருளைக்கிழங்கும் கொத்துக்கறியும் சேர்ந்த ஒரு பதார்த்தத்தை அவர் பரிந்துரைக்க இருவரும் சாப்பிட்டோம். மாலையில் அருகிலிருந்த, ரயில்பாதைக்கு கீழே ஒரு சிறிய அறையிலிருந்த Hole in the Wall என்ற மதுவிடுதிக்குச் சென்றோம். மேலே அவ்வப்போது ரயில் சென்று அதிர்வை உண்டாக்கிக் கொண்டிருப்பது அந்த விடுதிக்கு சிறப்பு. இப்படி ஆரம்பித்தது எங்கள் நட்பு.

எம்.எஸ்.எஸ். பாண்டியன் (1958–2014)

பாண்டியனின் அணுகுமுறை மேலை நாட்டு ஆய்வாளர்களிலிருந்து வேறுபட்டிருந்தது ஆய்வுக்குத் தமிழ் பத்திரிகைகளையும் மற்ற படைப்புகளையும் பயன்படுத்தினார். அவர் படித்தது நாகர்கோவிலில் ஒரு தமிழ்ப் பள்ளியில் தான். அரசியல் சார்ந்த அவரது கட்டுரைகளின் பலம் இதுதான். நான் திரைப்படத் துறையின் தொழிற்சங்க வரலாறு எழுதிக் கொண்டிருக்கின்றேன் என்று அவரிடம் சொன்ன போது, அந்தத் தலைப்பில் தான் சேகரித்து வைத்திருந்த நாளிதழ் கத்தரிப்புகளைக் கொண்ட கோப்பை என்னிடம் கொடுத்து விட்டார். அது இன்று ரோஜா முத்தையா நூலகத்தில் இருக்கின்றது.

பாண்டியன் அடித்தள மக்களைப் பற்றி ஆழ்ந்த சிந்தனையும் அக்கறையும் கொண்டவர். மக்களை மையமாகக் கொண்டே விளிம்பு நிலை அடிப்படையில் வரலாறு எழுதப்பட வேண்டும் என்ற கருத்திலிருந்து தான் அவரது எம்.ஜி.ஆர் பற்றிய ஆர்வமும் தோன்றியது. அதன் விளைவாகவே இந்த நூல் வெளி வந்துள்ளது.

நம் நாட்டின் கல்விப் புலத்தில் வரலாறு, அரசியல் போன்ற துறைகள் கவனிப்பாரற்று தாழ்ந்து போய்க்கொண்டிருந்த

நட்சத்திர இடத்தை பெற்றுத் தந்த மர்மயோகி படத்தில் எம்.ஜி.ஆர்.

காலகட்டத்தில் பாண்டியன் தனது ஆய்வுக் கட்டுரைகளால் அறிவுலகத்தின் கவனத்தை ஈர்க்க ஆரம்பித்திருந்தார். கல்கத்தாவில் படித்த காலத்தில் பார்த்தோ சாட்டெர்ஜியின் அணுகுமுறையால் தாக்கம் பெற்ற பாண்டியனின் கவனம் சினிமாவின் மேல் திரும்பியது. விளிம்பு நிலை மக்களைப் பற்றிய அக்கறை அவரை வெவ்வேறு தளத்திற்கு இட்டுச்சென்றது. மக்களை மையமாகக் கொண்டே அடித்தள கண்ணோட்டத்தின் படி வரலாறு எழுதப்பட வேண்டும் என்ற கருத்திலிருந்து தான் அவரது எம்.ஜி.ஆர் பற்றிய ஆர்வமும் தோன்றியது. அடித்தள மக்கள் வரலாறு அவர் ஆய்வுக்கு ஒரு பேசுபொருளாக மட்டும் இருக்கவில்லை. அவர்கள்பால் அவர் ஒரு ஆழ்ந்த அக்கறை கொண்டிருந்ததையும் வெளிப்படுத்தியது. சென்னையில் விற்பனை அங்காடிகள் காய்கறிகளை விற்க தொடங்கியபோது சாலையோர வியாபாரிகளுக்காக பரிந்து பேசினார்.

சினிமா எனும் கட்புல ஊடகம் காட்சிப் படிமங்களாலும் குறியீடுகளாலும் ஆனது. இந்தக் கோணத்திலிருந்துதான் (குறியியல்) இதை அணுக வேண்டும் என்பதை உணர்ந்த பாண்டியன் இந்த நூலில் எம்.ஜி.ஆரின் திரைப்படங்களின்

உள்ளடக்கத்தைப் பற்றியும் அவர் திரையில் பயன்படுத்தும் குறியீடுகளைப் பற்றியும் எழுதுகின்றார். எவ்வாறு தன்னைப் பற்றிய ஒரு பிம்பத்தை மக்களிடம் உருவாக்க திரைப்படங்களின் காட்சிகளை எம்.ஜி.ஆர் எவ்வாறு பயன்படுத்தினார் என்பதை அவரது படங்களிலிருந்து மேற்கோள்கள் காட்டி பாண்டியன் தனது வாதத்தை முன் வைக்கின்றார். இதற்காக எம்.ஜி.ஆர் தான் நடிக்கும் திரைப்படத்தின் ஒவ்வொரு பரிமாணத்தையும் தனது கவனிப்பில் வைத்திருந்தார் என்பதனையும் சரியான ஆதாரங்களுடன காட்டுகின்றார். தனது கருத்தை பாண்டியன் சினிமா ரீதியாகவும் ஓர் ஆய்வாளனுக்கு இருக்க வேண்டிய கட்டுப்பாட்டுடனும் அணுகுகின்றார்.

பதவி, அதிகாரம் இவற்றிற்கு சிறிதும் மதிப்பு கொடுக்காத, அச்சமற்ற வணங்காமுடியாக வாழ்ந்தவர் பாண்டியன். எந்த ஒரு பிரச்சனையிலும் தனது நிலைப்பாட்டை தயக்கமின்றி வெளிப்படுத்தியவர். அவரது இந்த தன்மையை இந்த நூலிலும் காணாலாம். “எம்.ஜி.ஆரின் 11 வருட ஆட்சிக்காலம் (1977-87) சந்தேகமே இல்லாமல் தமிழகத்தின் சமகால வரலாற்றின் இருண்ட காலங்களில் ஒன்றாகும்” என்றெழுத மனத்திண்மை வேண்டும். நியாயம் என்று தனக்கு பட்டதற்கு மட்டுமே பரிந்து பேசுவார். கேலிச்சித்திரம் ஒன்று பள்ளிப்பாட புத்தகத்தில் சேர்க்கப்பட்டதை அடுத்து மைய அரசு இந்த பிரச்சனையை விசாரிக்க ஒரு குழு அமைத்தது. அதில் அங்கம் வகித்த பாண்டியன் சுதந்திர சிந்தனை குறித்து மற்ற உறுப்பினர்களின் கருத்திலிருந்து வேறுபட்ட அவர் குறிப்பை இந்து நாளிதழ் கட்டம்கட்டி, op-ed பக்கத்தில் வெளியிட்டது.

எம்.ஜி.ஆரின் அரசியல் வாழ்க்கையைப் பதிவு செய்யப் புகுந்த பாண்டியன், அதை தமிழகத்தின் அண்மைக்கால வரலாற்றின் பின்புலத்தில் துல்லியமாக விளக்குகின்றார். அரசியல் கட்சிகளின் நிலைப்பாடுகளை அவர் வெளிச்சம் போட்டு காண்பிக்கும் முறையால், அவற்றை எளிதில் புரிந்து கொள்ள முடிகின்றது.

இந்திய வரலாற்றியலுக்கும் தமிழ் சினிமா வரலாற்றிற்கும் முற்போக்கு சிந்தனையாளர் பாண்டியனின் முக்கிய பங்களிப்பு என்று பிம்பச்சிறை நூலை குறிப்பிடலாம்.

□ ‘பிம்பச்சிறை’ நூலின் முன்னுரை, 2016, ப்ரக்ஞை வெளியீடு.

‘கரைந்த நிழல்கள்’: ஒரு பின்னுரை

தென்னிந்திய சினிமாத்துறையில் தொழிற்சங்கங்கள் பற்றிய ஒரு கட்டுரை எழுதுவதில் நான் ஈடுபட்டிருந்த போது அந்தப் பொருள் பற்றிய விவரங்கள் கிடைப்பது அரிதாக இருப்பதை உணர்ந்தேன். அது பற்றியோ, அத்துறையின் நடப்புகள் பற்றியோ கூறும் ஆவணங்கள் எதுவும் இல்லை. சினிமா அண்மைக் காலத்தில் தான் தோன்றியது என்றாலும், இத்துறையில் பணிபுரிவோர் நிலை பற்றி அறிய முயற்சித்த போது அதன் வரலாற்றுப் பதிவுகளைக் கண்டறிவது சிரமமாயிருந்தது. சினிமா ஒரு பொழுதுபோக்குச் சாதனமாக தோன்றிய சமயத்தில், அரசும் அன்றைய பத்திரிகைகளும் அதை ஒரு பொருட்டாக மதிக்காததால் அதைப் பற்றிய விவரங்கள் பதிவு செய்யப்படவில்லை. அச்சு ஊடகம் ஆரம்பகால திரையுல நிகழ்வுகளை கண்டுகொள்ளவில்லை. 1920 இல் வெளிவந்த பத்திரிகைகளை புரட்டிப் பார்த்தால் அதில் நம்மூர் சினிமா செய்திகளைக் காண்பதரிது. அரசாங்கமும் பத்திரிகைகளுக்கு, நாளிதழ்களுக்கு அளித்த முக்கியத்துவத்தைத் திரைக்கு தரவில்லை. அரசு ஆவணக் காப்பகங்களில் சினிமா சார்ந்த பதிவுகள் பாதுகாத்து வைக்கப்படவில்லை.

தொழிற்சங்கங்களின் தந்தை என அறியப்படும் இசைக்கலைஞர் எம்.பி. ஸ்ரீனிவாசன், ஜெமினி ஸ்டுடியோவின் அன்றாடம் காலையில் நடக்கும் ஒரு நிகழ்வை திரைத்துறையின் அன்றைய நிலைமையைப் புரிந்து கொள்ள, விவரிக்கின்றார். ஒரு கூட்டம் எதிர்ப்பார்ப்புடன் கூடியிருக்கின்றது. ஒரு மேற்பார்வையாளர் ஒருவர் வந்து ஒரு பையிலிருந்து சிறிய பிளாஸ்டிக் டோக்கன்களைக் கை நிறைய அள்ளி வீசுகின்றார். கூட்டத்திலிருப்போர் ஓடிப் பொறுக்குகின்றார்கள். யார் யார்

கைகளில் டோக்கன் கிடைக்கின்றதோ அவர்களுக்கு அன்று வேலை. மற்றவர்கள் போகலாம். அறுபதுகளில்கூட இந்த மாதிரி நிலை இருந்தது என்கின்றார்.

திரைத்துறை ஊழியர்களின் வாழ்க்கைச் சூழலை யாரும் கவனித்து பதிவு செய்யாத நிலையில், அவர்கள் வாழ்க்கையை மையமாகக் கொண்டு அசோகமித்திரன் எழுதியிருக்கும் படைப்புகள் நமக்கு உதவுகின்றன. சமகால பத்திரிகைகள் நடிகர்களைப் பற்றி மட்டும் எழுதியிருக்கின்றன. ஜெமினி ஸ்டுடியோவில் நிர்வாகத்துறையில் பல ஆண்டுகள் பணிசெய்த அசோகமித்திரன் ஒரு எழுத்தாளருக்குரிய கூரிய பார்வையுடன் ஊழியர்களை கவனித்திருக்கின்றார். அவர்களது பிரச்சனைகளை புரிந்து கொண்டிருக்கின்றார். சினிமா உலகின் பின்னணியில் அவர் எழுதியிருக்கும் ஆறு நாவல்களில் அந்த உலகில் சஞ்சரிக்கும் ஜூனியர் கலைஞர்கள், ஸ்டண்ட் நடிகர்கள், காரோட்டிகள், லைட் பாய்ஸ், கதைமாந்தர்களாக உலவுகின்றார்கள். அன்றாட வேலையில் அவர்கள் எதிர்கொள்ளும் சிரமங்கள், பாதுகாப்பற்ற வேலை நிலை, குடும்ப வாழ்க்கை ஆகியவை துல்லியமாக சித்தரிக்கப்பட்டுள்ளன. எடுத்துக்காட்டாக வண்ணங்கள் எனும் சிறுகதை, ஒரு ஸ்டுடியோவில் பணிபுரியும் காரோட்டிகளைப் பற்றியும் அவர்கள் தினசரி கூலிக்காகத் திண்டாடுவது பற்றியும் கரிசனையுடன் பதிவு செய்கின்றது. அதிலும் சிறப்பாக ஸ்டுடியோ ஊழியர்களை கதைமாந்தர்களாகக் கொண்ட கரைந்த நிழல்கள் நாவல் குறிப்பிடத்தக்கது. இங்கே நாவல் ஒன்று வரலாற்று ஆவணத்தின் பரிமாணங்களைப் பெறுகின்றது.

கரைந்த நிழல் போல சினிமாத் துறை சார்ந்த நாவல்கள் வேறு எந்த மொழியிலாவது வெளிவந்து இருக்கின்றனவா என்று தேடிக்கொண்டிருந்தேன். சிட்னி நகரில் புகழ்பெற்ற கிங்ஸ் ரோடில் ஒரு பழைய புத்தகக்கடை உள்ளது. இந்தக் கடையில் வேலை செய்கின்றவர் அனைவரும் வாசிப்பில் ஈடுபாடுடையவர்கள். புத்தக உலகில் சஞ்சரிப்பதும் அத்துறைப் பற்றிப் பேச வாய்ப்புக்கள் கிடைப்பதுவே இவர்களை ஈர்ப்பவை. சினிமாத் துறை ஊழியர்களை சார்ந்த நாவல் ஏதும் இருக்கிறதா என்று பணியாளர் ஒருவரைக் கேட்டபோது உடனே ஒரு பழைய நூலை எடுத்து தூசி தட்டி, அதைப் பற்றிய ஒரு சிறு அறிமுகத்துடன் கொடுத்தார். ஹாலிவுட்டில்

திரைக்கதை எழுதிக்கொண்டிருந்த நதானியேல் வெஸ்ட் (Nathanael West 1904-1940) படைத்த நான்கு நாவல்களில் ஒன்றான வெட்டுகிளியின் தினம் (The Day of the Locust) அமெரிக்க திரைத்துறையைப் பின்புலமாக வைத்து 1957 இல் எழுதப்பட்டது. ஸ்டுடியோ ஒன்றில் தளம் வடிவமைக்கும் கலைஞன் ஒருவனின் வாழ்க்கையைச் சுற்றிவரும் கதை. முப்பதுகளில் அமெரிக்காவில் சினிமாத்துறையின் நிலையை இந்த நாவல் பிரதிபலிக்கின்றது. இந்த நூல் வெளிவந்த போது 1450 பிரதிகள் தான் விற்றன. ஆனால் ஆண்டுகள் செல்லச் செல்ல அதன் சிறப்பு உணரப்பட்டு பல பதிப்புகள் வந்துவிட்ட இந்த புதினம் இன்று ஹாலிவுட் வரலாற்றின் ஒரு பகுதியாக நிலைத்து விட்டது. கரைந்த நிழலும் அதே போல அந்தக் காலத்து நிலையை நமக்குக் காட்டும் கண்ணாடியாக இருக்கின்றது. கதையின் தொடக்கமே ஓர் ஊழியரின் அன்றாட வாழ்வின் அவலத்தை காட்சிபடுத்துகின்றது.

பீடி சுற்றும் வேலை கூட பல ஆண்டுகள் முன்னரே ஒரு தொழிலாக அரசாங்கத்தால் அங்கீகரிக்கப்பட்டு விட்டது. ஆனால் ஆயிரக்கணக்கான ஊழியர்கள் பணியாற்றிக் கொண்டிருந்த, மக்களின் வாழ்வில் நீக்கமற நிறைந்திருந்த சினிமாத்துறை 2001 ஆவது ஆண்டில்தான் இந்தியாவில் ஒரு தொழிலாக அறிவிக்கப்பட்டது. அதுவரை இவர்கள் காப்பீடு போன்ற எந்தவித பாதுகாப்பும் இல்லாமல், எந்தவிதத் தொழிலாளர் நல திட்டமுமில்லாமல் அன்றாடக் கூலிகள் போல காலத்தை ஓட்டிக்கொண்டிருந்தார்கள். அசோகமித்திரன் இந்த நாவலை 1967 இல் எழுதினார் என்பதையும் நினைவில் கொள்ள வேண்டும்.

கரைந்த நிழலில் கதை மாந்தர்களான ஜகந்நாத ராவ், சம்பத் ராஜகோபால், டைம் கீப்பர் போன்றோர் தமிழ் சினிமா உலகின் பிரதிநிதிகள் போல் தோன்றுகின்றார்கள். இதில் பலர் தினசரி கூலி பெறுபவர்கள். அதிலும் சம்பத், ஓர் அடிமட்ட ஊழியனாக இருந்து திரையுலகில் ஓர் உயர்நிலையை அடைகின்றார். தமிழ் சினிமா உலகில் இம்மாதிரியான பரமபத விளையாட்டில் வருவது போன்ற ஏற்றத்தைப் பற்றி நாம் அறிந்திருக்கின்றோம். அந்த உலகின் ஈர்ப்பிற்கு இதுவும் ஒரு காரணம்.

அசோகமித்திரன் (1931–2017)

ஐம்பதுகளில் சென்னையிலிருந்த ஒரு ஸ்டுடியோவைத் துல்லியமாக ஒவ்வொரு கூறாக விளக்குகின்றார். ஏழாம் இயலை படிக்கும் போது நம் கண்முன் ஒரு படப்பிடிப்புக் கூடம் விரிகின்றது. இவர் இங்கு வர்ணிக்கும் ஒரு ஸ்டுடியோவை இன்று எங்குமே காண முடியாது. ஏனெனில் இன்று திரைப்பட உருவாக்கம் வேறு தளத்திற்கு சென்று விட்டது. மூவி மொகல் என்று அந்த காலகட்டத்தில் அறியப்பட்டிருந்த பெரிய ஸ்டுடியோ உரிமையாளர்களில் ஒருவரை ராம அய்யங்கார் என்பவராக அசோகமித்திரன் சித்தரிக்கின்றார். இந்த ஸ்டுடியோ அதிபர் உலகத்தமிழ் மாநாட்டுடன் தன்னை இணைத்துக் கொள்கின்றார் இந்தக் கதாபாத்திரம் பல கோணங்களில் எஸ்.எஸ். வாசனை நினைவூட்டுவது தவிர்க்க முடியாதது.

செக்கோஸ்லோவாக்கியா நாட்டிலிருந்து வரும் சினிமா குழு, சென்னையில் ஒரு திரைப்பட விழா என்று அசோகமித்திரன்

தமிழ் சினிமாவில் சகல பரிமாணங்களையும் தொட்டுச் செல்கின்றார் ஒரு எடுத்துக்காட்டு.

> "மணிமுடி தமிழ் வாத்தியாராக இருந்தவர். வாரப் பத்திரிகை ஒன்றில் ஒரு கதை எழுத, அதை ஒரு படத்தயாரிப்பாளர் திரைப்படமாக எடுக்க, எடுத்த படம் பல்வேறு காரணங்களால் பிரபலமாக, மணிமுடி ஒரு ராசிக்கார வசனகர்த்தா என்று பெயர் பெற, அவர் வாத்தியார் வேலையை விட்டு விட்டு அரை டஜன் பட்டு ஜிப்பாக்கள் தைத்துக் கொண்டார்"

என்று தமிழ் சினிமாவின் பலவீனங்களை தெளிவுபடுத்தியுள்ளார்.

தமிழ் திரையுலகுடன் தொடக்க காலத்திலிருந்தே பல எழுத்தாளர்கள் தொடர்பு கொண்டவர்களாக இருந்தாலும், சினிமாவின் இயல்புகளை, நியதிகளை, சாத்தியக்கூறுகளை அறிந்தவர்கள் மிகச்சிலரே. அதில் ஒருவர் அசோகமித்திரன். (இன்னொருவர் பி.எஸ். ராமையா என்று சொல்லலாம்) அசோகமித்திரனுக்குப் பன்னாட்டுச் சினிமாவுடனும் நல்ல பரிச்சயம் உண்டு. இன்கிரிட் பெர்க்மென் பற்றி இவர் எழுதிய கட்டுரை இதற்கு ஒரு எடுத்துக்காட்டு. இவர் எழுதிய புனை கதைகளுடன், சினிமா பற்றி எழுதிய கட்டுரைகளும் (இருட்டிலிருந்து வெளிச்சம், 1997) ஜெமினி ஸ்டுடியோவில் பணிபுரிந்த நாட்களைப் பற்றிய *My Years with the boss* (2000) என்ற நூலும் தமிழ் சினிமா வரலாற்றிற்கு முக்கிய ஆவணங்கள்.

சச்சிதானந்தன் சுகிர்தராஜா கரைந்த நிழல்கள் நாவலை ஒரு பின்நவீனத்துவப் படைப்பாகப் பார்க்கின்றார். இந்த புதினத்தில் பல கதைமாந்தர்கள் வந்தாலும் யாரும் ஒரு முக்கிய பாத்திரமாக நிலைக்காமலிருப்பதைத் தனது கணிப்பிற்கு ஆதாரமாகச் சுட்டிக் காட்டுகின்றார். நாவலாசிரியர் இந்த உத்தியை முன்கருதலுடன் பயன்படுத்தினாரா என்று சொல்ல இயலவில்லை. ஆனால் "இலக்கிய உத்திகளைக் கையாள்வதில் தமிழர், உலகத்தில் எந்த எழுத்தாளருக்கும் குறைந்தவரில்லை என்று நிரூபிப்பது எனக்கு ஒரு நோக்கமாக இருந்தது" என்று அசோகமித்திரன் கூறியிருப்பதை நாம் மனதில் கொள்ள வேண்டும்.

□ 'கரைந்த நிழல்', 2020 காலச்சுவடு வெளியீடு

சினிமா வரலாற்றிற்கு ஒரு சாளரம்

ஒரு சமுதாயத்தின் நவீன கலாச்சார வரலாற்றில் திரைப்பட வரலாறு ஒரு முக்கிய இழை என்று நான் கருதுகின்றேன். தமிழ்ச் சமுதாயத்தை புரிந்து கொள்ள நம் சினிமாவின் வரலாற்றுப் போக்கை அறிவது பயனுள்ளதாக இருக்கும். அதிலும் தமிழ் நாட்டு மக்கள் வாழ்வின் சகல பரிமாணங்களையும் சினிமா தன்னுள் நிறைத்துக் கொண்டிருக்கின்றது. இதன் வரலாறு என்னவோ நூறாண்டுகள் தான். நவீன தமிழ் இலக்கியத்திற்கும் ஏறக்குறைய அதே வயதுதான். ஆனால் சினிமாவின் ஆரம்ப கால வரலாற்றைப் பற்றி நமக்கு ஒரு விவரமும் இல்லை. முதல் பதினைந்து ஆண்டுகளில் சென்னையிலிருந்து வெளிவந்த 124 மௌனப் படங்களில் ஒன்று கூட நம்மிடம் இல்லை. அதே போல முதல் பத்து ஆண்டுகளில் 1931-1941 ஆண்டுகளில் வந்த 371 தமிழ்ப்பேசும் படங்களில் *அம்பிகாபதி* போன்ற இரண்டு மூன்று படங்களே எஞ்சியுள்ளன.

திரைப்படங்கள் இல்லாத நிலையில், அவை பற்றி பத்திரிகை கட்டுரைகள், பாட்டுப்புத்தகம் போன்ற அச்சுப் பிரதிகள்தான் நமக்கு அந்த காலகட்ட படங்களைப் பற்றிய ஒரு லேசான புரிதலைத் தருகின்றன. இத்தகைய நிலையின் சொர்ணவேல், திருநாவுக்கரசு இருவரும் இணைந்து தமிழ்ப்பேசும் படத்தின் முதல் முப்பது ஆண்டுகளில் எழுதப்பட்ட 152 விமர்சனக் கட்டுரைகளை தொகுத்து *தமிழ் சினிமா விமர்சனங்கள்* என்ற பெயரில் வெளியிட்டுள்ளனர்.

பல நூலகங்களிலும், தனியார் சேகரிப்புகளிலும் இருந்து நல்ல தேர்வுகள் அடிப்படையில் கட்டுரைகளை சிரத்தையுடன் தொகுத்துள்ளார்கள். இதில் மணிக்கொடி போன்ற பிரபலமான

இதழ்களிலிருந்து, ராமையா, தி.க.சி, கல்கி, வல்லிக்கண்ணன், விந்தன் போன்ற எழுத்தாளர்கள் எழுதிய கட்டுரைகள் இடம் பெற்றுள்ளன, பிரசண்டவிகடன், கிராம ஊழியன் இதழ்களில் வெளியான கட்டுரைகளும் உள்ளன. எழுத்தாளர்கள் முற்றிலும் புதியதொரு கலையை, அதிலும் கட்புல ஊடகமாகத் தோன்றிய சினிமாவை எவ்வாறு எதிர்கொண்டார்கள் என்று பார்த்தால் ஏமாற்றமே மிஞ்சுகின்றது. ஒரு சிலரைத் தவிர மற்ற விமர்சகர்களுக்கு சினிமாவைப் பற்றிய புரிதல் இல்லை என்பது தெளிவாகின்றது. எழுத்தாளர்கள் என்றறியப்பட்டவர்களைத் தவிர, மற்றவர்கள், ஒரு படத்தின் கதையை விவரிக்கின்றார்கள். இது ஒரு சிறுகதையை மதிப்புரை செய்வது போலிருக்கின்றது. இந்தப் பழக்கம் இன்று வரை தொடருகின்றது இயக்குனர்களைப் பற்றி குறிப்பிடுவதே இல்லை. சினிமாவின் இயல்புகள், நியதிகள், அழகியல் இவை பற்றி எந்தப் பரிச்சயமும் அவர்களுக்கு இல்லை என்பது தெரிகின்றது. தமிழர்களிடையே சினிமா ரசனை வளராததற்கு இந்த விமர்சனக் குறைபாடுகளும் ஒரு காரணம்.

1938 இல் ஈழகேசரி மலரில் புதுமைப்பித்தன் எழுதிய சினிமா உலகம் என்ற கட்டுரை ஒன்றும் இந்த தொகுப்பில் சேர்க்கப்பட்டிருக்கின்றது. முக்கியமான படைப்பு. சினிமாவைப் பற்றி புதுமைப்பித்தனின் பார்வை இதில் நமக்கு கிடைக்கின்றது. சினிமாவைப் புரிந்து கொண்ட வெகு சில எழுத்தாளர்களுள் புதுமைப்பித்தனும் ஒருவர். சினிமாவிற்கும் நாடகத்திற்கும் உள்ள வேறுபாடுகளை உணரந்தவர். “இப்போது சினிமாவில் நடிக்க வரும் நாடகமேடை நடிகர்கள் பழைய கொள்கைகளையே அனுட்டிப்பதால் படக்காட்சிகள் சோபிப்பதில்லை” என்று திரையில் நாடகத்தனமாக நடிப்பதை சுட்டிக் காட்டுகின்றார்.

சில விமர்சனங்கள் அரிய தகவல்களைத் தருகின்றன. விஸ்வாமித்ரா (1936) படத்தின் ஒலிப்பதிவாளர் மீனா நாராயணன், இந்தியாவின் முதல் பெண் ஒலிப்பதிவாளர். இவரது கணவர் நாராயணன் தான் அந்தப்படத்தை தயாரித்து இயக்கியவர். அதே போல 1936 இல் வந்த லீலாவதி சுலோசனா திரைப்படத்தில் 56 பாட்டுக்கள் இருந்ததாக அறிகின்றோம்.

துக்காராம் படத்தில் முசிரி சுப்பிரமணிய அய்யரும்,
சிறுமியாக பாலசரஸ்வதியும்

ராஜா தேசிங்கு (1936) போன்ற பல முக்கியமான படங்களைப் பற்றிய கட்டுரைகள் இந்நூலில் உள்ளன. இந்தப் படத்துடன் ருக்மணி அருண்டேலின் நடனக் காட்சி காட்டப்பட்டதைப் பற்றிய விவரம் இந்த மதிப்புரையில் இருக்கின்றது அது மட்டுமல்ல. திரு. அருண்டேல் பரத நாட்டியத்தைப் பற்றி ஒரு பிரசங்கம் செய்தார் என்றும் இருக்கின்றது. அவர் தமிழில் பேசினாரா என்று விமர்சகர் கூறவில்லை. நாம் இதுவரை தலைப்பை மட்டுமே அறிந்திருந்த சில படங்களின் விமர்சனங்கள் இதில் இடம் பெற்றுள்ளன. தமிழ்த் திரையின் முதல் சமூகப் படமான *கௌசல்யா* (1936) இசை வித்வான் வி.வி. சடகோபன் நடித்த, *நவயுவன்* (1937) அத்துடன் *மகாத்மா கபீர்தாஸ்* (1936) போன்ற படங்களைப் பற்றிய அரிய விவரங்கள் நமக்கு திராவிட திரைப்படங்கள் என்றறியப்படும் *நல்லதம்பி* (1949), *வேலைக்காரி* (1949), *பராசக்தி* (1952), *சொர்க்கவாசல்* (1954) போன்ற படங்களின் விமரிசனங்கள் நம் கவனத்தை ஈர்க்கின்றன. *வேலைக்காரி* படத்தின் இரு விமரிசனங்கள் இடம் பெற்றிருக்கின்றன. இதில் கல்கி

எழுதியிருக்கும் ஒரு கட்டுரையை அவர் இப்படத்தை எவ்வாறு எதிர்கொண்டார் என்று காட்டுகின்றது.

பல அரிய ஒளிப்படங்கள் புத்தகத்தின் மதிப்பைக் கூட்டுகின்றன. *மகாத்மா கபீர்தாஸ்* படத்திலிருந்து ஒரு நிலைப்படம் எடுத்துக்காட்டு. ஆனால் பல ஒளிப்படங்களில் அடிக்குறிப்பு இல்லை. படத்திலிருப்பது யார் என்று கண்டறிய இயலவில்லை. *துக்காராம் (1937)* நிலைப்படத்தில் முசிரி சுப்பிரமணிய அய்யரும், சிறுமியாக பாலசரஸ்வதியும் காட்டப்பட்டிருக்கிறார்கள். இவர்கள் பெயர்கள் குறிப்பிடப்படவில்லை. (காலத்தால் அழியாத *நீல வண்ணக் கண்ணா வாடா* போன்ற பாடல்களைப் பாடிய பாலசரஸ்வதி இன்றும் நம்முடன் இருக்கின்றார், ஹைதராபாதில்) பி.எஸ். செட்டியாரின் கோட்டோவியம் பிரபல ஓவியர் ஆதிமூலம் வரைந்தது என்று குறிப்பிடப்பட்டிருக்க வேண்டும்.

நூலின் உள்ளடக்கம் அமர்க்களமாக இருந்தாலும் உருவாக்கத்தில் பல விடுபடல்கள் காணப்படுகின்றன. சொல்லடைவு இந்நூலின் பயனைப் பல மடங்கு உயர்த்தியிருக்கும். இது ஒரு நூலின் முக்கியமான அங்கம். நூல் பிரதி செப்பனிடப்படவில்லை என்று தெரிகின்றது.

தமிழ்க் கலாச்சார வரலாற்றின் ஒரு முக்கிய பரிமாணத்தின் மீது இந்நூல் வெளிச்சம் பாய்ச்சுகின்றது. ஆய்வாளர்களுக்குப் பல புதிய தளங்களை திறக்கின்றது. தமிழ் சினிமாவின் நூற்றாண்டு நிறைவைப்போற்றி வந்துள்ள அருமையான, வரவேற்கத்தக்க படைப்பு இது.

- சொர்ணவேல் ஈஸ்வரான் & நிழல் திருநாவுக்கரசு, *தமிழ் சினிமா விமர்சனங்கள் 1931-1960*, நிழல் பதிப்பகம் 2020, பக்கங்கள் 414, விலை ரூ. 590.

□ இந்து தமிழ் திசை, 2020

சபாநாடகங்களும் தமிழ் சினிமாவும்

தமிழ் சினிமாவின் இன்றைய நிலையைப் புரிந்து கொள்ள அதன் ஆரம்ப வரலாற்றைப் பார்க்க வேண்டும்.

நாடக மேடைக்கும் திரைக்கும் உள்ள வேறுபாட்டை உள்வாங்காமல் தமிழ் சினிமாவின் பிள்ளைப்பிராயம் அமைந்து விட்டது. இதனால் இச்சினிமாவில் அவ்வப்போது தோன்றிய நல்ல மாற்றங்களும் வேரூன்றாமல் போய்விட்டன. சினிமாவின் தனிப்பட்ட இயல்புகள் மலர முடியாமல் திரைப்படங்கள் பெரும்பாலும் படமாக்கப்பட்ட நாடகமாகவே உருப்பெற்றன. அது மட்டுமல்ல. தமிழ் சினிமா ஒரு பொழுதுபோக்கு ஊடகமாகவே உறைந்து போய்விட்டது.

பதினைந்து ஆண்டுகள் நீடித்த தமிழ் சினிமாவின் மௌனப்பட காலத்தின் ஆண்டுகளில் 125 படங்கள் வெளி வந்தன. பின் சினிமா பேச ஆரம்பித்தது. பேசும் படங்களை மேற்குலகு எதிர் கொண்டமைக்கும், தமிழ்த் திரையுலகம் எதிர் கொண்டதற்கும் பல வேறுபாடுகள் உள்ளன; ஃபிரான்ஸ், ஜெர்மனி பிரிட்டன் போன்ற பல நாடுகளைப் போல மௌனப் படத்திலிருந்து இயல்பாக பேசும் படம் வளரவில்லை. மாறாக, தமிழகத்தில் முற்றிலும் ஒரு புதிய திசையில் சினிமா பயணித்தது. முன்னமே தயாராக இருந்த ஒரு நிகழ்கலை வடிவை அது உள்வாங்கிக்கொண்டது. எழுத்தாளர்கள், பயிற்றுவிக்கப்பட்ட நடிகர்கள், பாடுவோர், இசை அமைப்பாளர் இவர்களுடன் ஓர் ஒலி அமைப்பும் (soundscape) கம்பெனி நாடக வடிவில் தயாராக இருந்தது.

30களின் ஆரம்பத்தில் தென்னிந்தியாவில் வெகுமக்கள் நிகழ்கலையாக இருந்த இந்த கம்பெனி நாடகங்கள் வெகுஜன பொழுதுபோக்காகப் பிரபலமாகி இருந்தன. வரலாற்றுப் புகழ் பெற்ற ஒற்றைவாடை தியேட்டர் 1872 இல் தங்க சாலையில் இயங்கத் தொடங்கியது. வணிக ரீதியில் உருவாக்கப்பட்ட நாடகக் குழுக்கள் தோன்றி 20 வருடங்களில் பல நகரங்களில் நிரந்தர நாடக கொட்டகைகள் கட்டப்பட்டு இருந்தன. 247 நாடக கம்பெனிகள் இயங்கிக் கொண்டிருந்தன. இந்த நாடகங்கள் எல்லாமே பாடல்கள் நிறைந்த புராணக் கதைகளே. ஆரம்ப கால தமிழ்ப்பட தயாரிப்பாளர்கள் இந்த 'ரெடிமேட்' கலை வடிவமான நாடகங்களை அப்படியே நாடக ரூபத்திலேயே படமாக்கினர். பெரும்பாலும் பாட்டு, இசையால் நிரப்பப்பட்ட இந்த திரைப்படங்கள் மேலை நாட்டு ஆப்பரா போல படமாக்கப்பட்ட நாடகங்களாகவே இருந்தன.

இந்த சமயத்தில் தமிழகத்தில் பரவிக்கொண்டிருந்த அச்சுக் கலாச்சாரமும் கம்பெனி நாடகங்கள் வளர உதவியன. பாட்டுக்கள் அடங்கிய வசன புத்தகங்கள் வெளிவர ஆரம்பித்தன. 236 நாடகங்கள் நூல் வடிவில் வெளி வந்தன. சலனப் படத்திலிருந்து பேசும் படத்திற்கான மாற்றத்திற்கு இந்த நூல்கள் பெரிதும் உதவின. முதல் பத்தாண்டுகளில் புராணக் கதைகளே பெருவாரியாக படமாக்கப்பட்டன. இவை மக்களுக்கு முன்னமே தெரிந்த கதைகளாக இருந்ததால் திரை மொழி மூலம் கதை சொல்ல வேண்டிய நிர்ப்பந்தம் இல்லாமல் போய்விட்டது.

தமிழ் சினிமா அறிமுகமாகிய முதல் பத்தாண்டு இறுதியில் புதியதொரு தாக்கத்திற்கு ஆட்பட்டது ஹாலிவுட்டின் பயிற்சி பெற்ற மூன்று திரைப்படப் படைப்பாளிகள், எல்லிஸ் ஆர். டங்கன், எம்.எல். டாண்டன், மைக்கெல் ஓமலேவ் (Ellis R. Dungan, M.L. Tandon, Michael Omelev), சென்னை வந்திறங்கியது, தமிழ் சினிமாவின் போக்கை மாற்றியது. டங்கன் சினிமா கருவிகளை விற்பதற்காக சென்னை வந்து பதினேழு ஆண்டுகள் தங்கினார். அவர் தமிழில் பத்து திரைப்படங்களை இயக்கி சினிமா வரலாற்றில் தனது முத்திரையை பதித்தார்.

டாண்டன், லாஸ் ஏஞ்சல்ஸ் கலிபோர்னிய பல்கலைக்கழகத்திலிருந்து வந்தவர். யயாதி (1949), மணிமேகலை (1941), அருந்ததி (1943) போன்ற படங்களை இயக்கினார். ஓமலேவ் பிரபல பாடகரான வி.வி. சடகோபனை கதாநாயகனாகக் கொண்டு நவயுவன் (1938) படம் எடுத்தார்.

இம்மூவரின் படங்களில் டங்கனின் படங்களை மட்டுமே பார்க்கும் வாய்ப்பு எனக்கு கிடைத்தது. கம்பெனி நாடக பாணியில் உறைந்து கிடந்த தமிழ் சினிமாவில் உடைப்புகளை ஏற்படுத்த அவர் முயன்றார் என்று தெளிவாக புரிகின்றது. 30 முதல் 40 வரை இருந்த பாடல்களை 6 அல்லது 8 ஆகக் குறைத்தார். பாடல்களை விட பாத்திர பேச்சுக்கு சிறப்பிடம் கொடுத்தார். வெளிப்புற படப்பிடிப்புகளில் ஈடுபட்டார். ஹாலிவுட் பாணி கதை சொல்லல் முறையை அறிமுகப்படுத்தினார். 1950 இல் வெளிவந்த பொன்முடி, மந்திரி குமாரி ஆகியன அவரது கடைசிப்படங்கள்.

ஹாலிவுட் பாணியைப் பின்பற்றி நம்மூர் இயக்குனர்களில் சிலரும் படம் எடுத்தனர். இவர்களில் முக்கியமானவர் கே. ராம்நாத். இவர் உருவாக்கிய ஏழை படும் பாடு (1950) தமிழ் சினிமா வரலாற்றில் சிறப்பிடம் பெற்றுள்ளது அவர் எடுத்த இன்னொரு படம் மர்மயோகி (1951) எம்.ஜி.ஆரை நட்சத்திர அந்தஸ்த்திற்கு உயர்த்தியது. ஆனால் இந்த புதிய ஹாலிவுட் பாணி நிலைக்கவில்லை.

தமிழ் சினிமாவின் தொடக்க காலத்தில் மேடை நாடகங்களை ஆதாரமாக கொண்டு படங்கள் எடுக்கப்பட்டன என்று கூறியிருந்தேன். 1960களின் நாடக உலகில் இருந்து ஏ.பி. நாகராஜன், கே.எஸ். கோபாலகிருஷ்ணன் போன்ற புதிய இயக்குநர்கள் மூலம் இன்னொரு பாதிப்பு தமிழ்த் திரைக்கு நீர்த்தாரை போல் வந்து முன்னமே தமிழ்த் திரையில் வேரூன்றியிருந்த நாடகக் கூறுகளை உறுதிப்படுத்தியது ஒரு நாடகக் கம்பெனியில் வாத்தியாராக இருந்த நாகராஜன், திரைப்படத்திற்கு கதை வசனம் எழுதி பின்னர் நல்ல இடத்து சம்பந்தம் (1958) மூலம் அறிமுகமானார். இதைத் தொடர்ந்து பல புராணப் படங்களை இயக்கி பிரபலமானார். தனது படங்களில் பல முன்னாள் நாடக நடிகர்களை நடிக்க வைத்தார். அவர்

படங்களில் நாடகத் தன்மை இதனால் கூடியது. அதுமட்டுமல்ல. இவை யாவுமே பார்வையாளர்களுக்கு ஏற்கனவே தெரிந்த கதைகளே.

நவாப் ராஜமாணிக்கம் கம்பெனியில் பயின்ற கே.எஸ். கோபாலகிருஷ்ணன் இதே சமயத்தில் திரை உலகில் புகழடைந்தார். இந்த ஆண்டுகளில் தான் இன்னொருவரும் நாடக மேடையிலிருந்து வந்தார். எஸ்.வி. சகஸ்ரநாமம். இவர் சேவா ஸ்டேஜ் என்ற நாடகக் குழுவை நடத்தி வந்தார். இந்த மூன்று இயக்குனர்களுமே நாடகக்கூறுகள் நிறைந்த மேடை நாடக வடிவமைப்பு கொண்ட திரைப்படங்களையே உருவாக்கினர்.

அவர்களது படைப்புகள் படமாக்கப்பட்ட நாடகங்களாக இருந்தன. சித்திரம் தீட்டப்பட்ட படுதாக்கள் பின்புலமாகப் பயன்படுத்தப்பட்டன. படப்பிடிப்பு தளத்தை விட்டு வெகு அரிதாகவே வெளியில் சென்று படமெடுத்தனர்.

சில ஆண்டுகளில் இன்னொரு தாக்கமும் திரையுலகிற்குள் வந்துது. தொழில்முறை சாரா (amatuer) சபா நாடகங்களை சென்னையில் நடத்தி பிரபலமடைந்த பலர் சினிமாவில் நுழைந்தனர். சோ (விவேக் பைன் ஆர்ட்), மௌலி (நாடக ரச), எஸ்.வி. சேகர் (நாடகப்பிரியா), விசு (விஸ்வ சாந்தி) ஆகியோர் குறிப்பித்தக்கவர்கள். இவர்கள் முதலில் வசனகர்த்தாக்களாக வந்து பின் இயக்குநர்களாக பரிணமித்தனர்.

அவர்கள் உருவாக்கிய பல வெற்றிப் படங்கள் மேடை நாடக அழகியலைச் சார்ந்து இருந்தன. சினிமாவிற்கு உரிய சாத்தியக்கூறுகள், தனித்துவம், கதை சொல்லலில் பயன்படுத்தப்படவில்லை. தமிழ்ச் சினிமாவின் நாடகப் பாரம்பரியம் வலுவூட்டப்பட்டது. அவர்களது படங்கள் இயக்குனரின் திறமையைச் சாராமல் நடிகர்களின் திறமையைச் சார்ந்திருந்து. இவர்களில் மிகவும் வெற்றியடைந்த இயக்குனர் ராகினி ரிக்ரியேஷன் கே. பாலசந்தர், இவர் எடுத்த அரங்கேற்றம் (1973) போன்ற பல படங்கள் நல்ல வரவேற்பு பெற்றன. சமகாலத்து நகர்ப்புற நடுத்தர மக்களின் பிரச்னைகளைத் தொட்ட இவரது படங்கள் பாரம்பரிய மதிப்பீடுகளையும் நம்பிக்கைகளையும் உறுதி செய்தன. தன்னை ஒரு "நடுப்பாதை

சம்சாரம் அது மின்சாரம் படத்தில் லட்சுமி, இளவரசி, கமலா காமேஷ்.

படைப்பாளி" (Middle of the Road filmmaker) குறிப்பிட்டுக் கொண்டார். வெற்றி பெற்ற தங்களது பல நாடகங்களை இந்த சபா நாடக்காரர்கள் படமாக்கினார்கள்.

நாடக சபாக்கள் திரையுலகில் நுழைந்த போது ஏற்பட்ட பாதிப்பு என்ன?

சபா நாடகங்கள் தமிழ்த் திரைக்கு அளித்த இரண்டு கூறுகள் இன்னும் இருக்கின்றன. முதலாவது முன்கோணப் பார்வை. பெருவாரியான காட்சிகள் முன்கோணத்தில் இருக்கும் (frontality) அதாவது நாடக மேடையில் நடப்பது போல் காட்சிகள் அமைக்கப்பட்டிருக்கும். அந்த நாடக அரங்கில் இருப்பவர்களை நோக்கித்தான் காட்சிகள் அமைக்கப்படும்.

கதாபாத்திரங்கள் சதுரமான திரைச்சட்ட விளிம்பிலிருந்து வருவார்கள், மேடைக்குள் நுழைவது போல. வசனத்தைப் பேசி விட்டு பக்கவாட்டில் சென்று மறைவார்கள். குரலை ஏற்றி இறக்காமல் கத்திப் பேசுவார்கள் காமிராவைப் பார்த்து பேசுவார்கள். படம் முழுவதும் பின்னணி இசை

ஒலித்துக்கொண்டே இருக்கும். காட்சி அமைப்பிலும் உரையாடலிலும் நாடகத்தன்மை மிகுந்திருக்கும். பல கோணங்களில் காட்டக்கூடிய சினிமாவின் சாத்தியக்கூறுகளை அவர்கள் பயன்படுத்தவில்லை.

இரண்டாவது அதிகமான பாத்திரப்பேச்சு. பேசிக்கொண்டே இருப்பார்கள். இது பிம்பங்களின், காட்சிகளின் முக்கியத்துவத்தை குறைக்கின்றது. பிம்பங்கள் மூலம் கதையை நகர்த்தாமல் பாத்திரப் பேச்சின் மூலம் கதையை சொல்வது பழக்கமாகி விட்டது. "எனது தாத்தா இரண்டு யானைகளை வளர்த்தார்" என்று ஒரு கதாபாத்திரம் சொல்வதை விட, தாத்தாவையும் அவரது இரண்டு யானைகளையும் திரையில் பிம்பங்களாகக் காட்டினால், அதன் தாக்கம் ஆழமானதாக இருக்கும்.

பாட்டும் பாத்திரப் பேச்சு போலத்தான். பாட்டு திரைப்படத்திற்கு அத்தியாவசியமானது இல்லை. பாட்டு இல்லாமல் உன்னதமான திரைப்படம் உருவாக்கப்படலாம்.

சினிமா திரைப்படமாக்கப்பட்ட நாடகமல்ல. இது ஒரு அடிப்படையான வேறுபாடு. நாடகம் என்பது நிகழ்வு ஒன்றை அவையோரின் முன் நிஜ நேரத்தில் நிகழ்த்திக் காட்டுவது. சினிமாவின் இயல்புகளே வேறு. சினிமா காட்சிப் படிமங்களால் ஆனது. அதற்கு ஒலி தாங்கலாக வருகின்றது.

வெவ்வேறு கோணங்களிருந்து காட்சிகளைக் காட்டலாம் இப்போது ட்ரோன்கள் வந்து விட்டன. சினிமா மொழிக்கு தனித்துவ இலக்கணம், மரபு எல்லாமே உண்டு. இது முழுக்க முழுக்க தொழில் நுட்பத்தால் ஆனது. காமிரா, லென்ஸ், ஒளி விளக்குகள், ஒலிப்பதிவு, ஒளியெறிதல் என.

சபா நாடகங்கள் உச்ச கட்டத்திலிருந்த ஆண்டுகளில், 1997 இல் குமுதம் இதழில், எழுத்தாளர் பாமரன் "ஒரு பகிரங்கக் கடிதம்" என்றே தலைப்பில் இவர்கள் எடுக்கும் படங்களை கடுமையாக விமர்சித்து ஒரு கட்டுரை எழுதினார். இந்த வகைப் படங்கள் மேடை நாடகம் போல் காட்சி அளிக்கின்றன என்று அங்கலாய்த்தார். அந்த கட்டுரையை அதை ஒரு கேள்வியுடன் முடித்திருந்தார். "அது சரி... நீங்கள் எப்பொழுது ஒரு சினிமா எடுக்கப் போகின்றீர்கள்"

மேஜர் சந்திரகாந்த் படத்தில் முத்துராமன், மேஜர் சுந்தரராஜன்.

நல்ல படமே வரவில்லையா என்று கேட்கலாம் பல வந்தன. ஆனால் அவை விதிவிலக்குகள் மாதிரி வந்தன.

ஆனால் கடந்த முப்பது ஆண்டுகளில் பல நல்ல படங்கள் வந்திருக்கின்றன. *தாகம் (1972), யாருக்காக அழுதான் (1966), பாதை தெரியுது பார், அவள் அப்படித்தான் (1978), கிராமத்து அத்தியாயம், உச்சி வெயில் (1990), வீடு (1988), மறுபக்கம், ஊருக்கு நூறு பேர் (2003), கருத்தம்மா (1994).*

ஆனால் வெளிவந்த 6,500க்கும் மேற்பட்ட படங்களில் பெருவாரியானவை பொழுதுபோக்குப் படங்கள். நேரம் கொல்லிப் படங்கள். ஆகவே அரசியல் சினிமா மலரும் சாத்தியக்கூறு குறைகின்றது.

□ திருவாரூர் மத்திய பல்கலைக்கழகத்தில்
ஒரு கருத்தரங்கில் வாசித்த கட்டுரை, 2019

திரையில் முஸ்லிம்கள்

இந்திய சினிமாவின் தோற்றக் காலத்திலிருந்தே, தொழிலிலும் பட உருவாக்கத்திலும், முஸ்லிம்களின் பங்களிப்பு கவனிக்கத்தக்க அளவில் இருந்திருக்கின்றது. இந்த இரண்டு பரிமாணங்கள் பற்றி எழுதுவதுடன் சில படங்களின் உள்ளடக்கத்தையும் இந்த நூலில் ஆசிரியர் அப்சல் பரிசீலிக்கின்றார். அண்மையில் வந்த சில படங்களைத் திறமையாகக் கட்டுடைப்பதுடன் சில படங்களின் தயாரிப்பின் பின்னணி அரசியலைப் பற்றியும் பேசுகின்றார். ஆசிரியரின் கவனம் இந்தி, தமிழ், மலையாளம் மொழி சினிமாக்களின் மேல் பதிகின்றது. இந்த நூலுக்கு ஒரு நல்ல பின்புலத்தை சுபகுணராஜனின் தீர்க்கமான முன்னுரை கொடுக்கின்றது.

இந்தி சினிமாவில் இஸ்லாமியர் எவ்வாறு சித்தரிக்கப் படுகின்றார்கள் என்று சில கட்டுரைகள் வந்துள்ளன. சினிமா ஆய்வாளர் ரேச்சல் டையர் *(Rachel Dwyer)* இந்தி சினிமாவில் அடிக்கடி வரும் (stereotypes) பத்து வித முஸ்லிம் கதாபாத்திரங்களைப் பற்றி — நடனமாது, கவிஞர், சக்ரவர்த்தி, பயங்கரவாதி போன்று — ஒரு கட்டுரை எழுதியுள்ளார். இன்று இந்தி சினிமாவில் கோலோச்சிக் கொண்டிருக்கும் மூன்று 'கான்'களைப் பற்றியும் சில நூல்கள் வந்துள்ளன.

ஒரு சினிமாவில் குறிப்பிட்ட ஒரு சமுதாயத்தினர் எவ்வாறு சித்தரிக்கப்படுகின்றனர் என்பதைக் கணிக்க சில ஆய்வு உத்திகள் உண்டு. எந்த மாதிரி கதாபாத்திரத்தில் அவர்கள் தோன்றுகிறார்கள்? எவ்வாறு திரையில் காட்சிப்படுத்தப்படுகின்றார்கள், அவர்கள் தோன்றும் காட்சிகளில் ஒளிவீச்சு எவ்வாறு அமைக்கப்படுகின்றது போன்ற கேள்விகள் எழுப்பப்படுகின்றன. ஹாலிவுட் சினிமாவில்

கறுப்பர்களும், லத்தீனோக்களும், எவ்வாறு காட்டப்படுகின்றனர் என்பது பற்றி இந்த ரீதியில் ஆய்வுக் கட்டுரைகள் வந்துள்ளன.

நம் நாட்டில் சினிமாவின் தொடக்க ஆண்டுகளில் உருது எழுத்தாளர்களும் கவிஞர்களும் இந்தி சினிமாவிற்குள் நுழைந்து கால்பதித்ததைத் தொடர்ந்து பல முஸ்லிம்கள் இயக்குனர்களாக நடிகர்களாக, இசை அமைப்பாளர்களாக, தயாரிப்பாளர்களாக ஸ்டுடியோவிற்குள் நுழைந்து இந்தி சினிமாவிற்கு அஸ்திவாரம் அமைத்து புகழ் பெற்றனர் அந்த பாரம்பரியம் இன்று வரை தொடர்வதையும் ஆசிரியர் விரிவாகச் சுட்டிக்காட்டுகின்றார்.

ஆரம்ப காலத்தில் அரேபிய இரவுக் கதைகளிலிருந்து உருவாக்கப்பட்ட இஸ்லாமியர் சார்ந்த திரைப்படங்களில் அரசியல் இல்லாமலிருந்தது மட்டுமல்ல அவை இந்திய இஸ்லாமியர்களைச் சித்தரிக்கவில்லை. மதக் காழ்ப்பு ஊட்டப்படவில்லை. *குலேபகாவலியில் (1955)* குலாம் (சந்திரபாபு) இங்கே எல்லாத்துக்கும் இடம் கொடுக்கிற *அல்லாவே - நீயும் ஏமாந்திட்டா போட்டிடுவான் குல்லாவே* என்று பாடுவது அன்று நிலவிய நல்லெண்ணத்தையே பிரதிபலித்தது. ஆனால் கடந்த முப்பது ஆண்டுகளாக, வலதுசாரி அலை ஆரம்பித்த பின், வரும் இது போன்ற மகமதியர் கதாபாத்திரங்களால் வரும் சமூகப் படங்கள் அவ்வாறில்லை. அவைகளில் வெறுப்பு அரசியல் எனும் நச்சு கலக்கப்படுகின்றது. இந்த அம்சத்தின் மேல்தான் நூலாசிரியர் தன் பார்வையை ஓட விட்டு அங்கலாய்க்கின்றார்.

ஆரம்ப ஆண்டுகளில் இஸ்லாமிய கதாபாத்திரங்களைக் கொண்டு பல இந்திப் படங்கள் வந்தன. அதில் முக்கியமான *பக்கீசா (1972), உம்ராவ் ஜான் (1981)* போன்ற படங்களில் இஸ்லாமியர்களின் சித்தரிப்பு சிறப்பாக அமைந்திருந்து. இதில் சத்யஜித் ரேயின் *சத்ரஞ் கெ கிலாடி (1974)* ஐயும் சேர்த்துக் கொள்கின்றார். அந்த காலகட்டத்தை ஆசிரியர் நினைவேக்கத்துடன் வர்ணிக்கின்றார். "அது ஒரு பொற்காலம். நினைத்துப் பார்க்கவே பிரமிப்பையும் சந்தோஷத்தையும் தருகின்றது ஒவ்வொரு கலைஞனும் ஒரு தேர்ந்த சிற்பியைப்போல முஸ்லிம்களின் சினிமாவைச் செதுக்கினார்கள்" ஆனால் தொண்ணூறுகளில், குறிப்பாக சொல்ல வேண்டுமானால் *ரோஜா (1992), பம்பாய் (1995)*

திரையில் விரியும் சமூகம் | 53

பாவமன்னிப்பு படத்தில் தேவிகா, சிவாஜி கணேசன்.

போன்ற படங்களையும் அவை பின் இருக்கும் அரசியலையும் ஆசிரியர் கூருணர்வுடன் அலசுகின்றார். அந்தப் படங்கள் வெளியான போது தமிழ் நாட்டில் விமர்சகர்கள் இப்படிப்பட்ட தீர்க்கமான பார்வையை அப்படங்களின் மீது செலுத்தவில்லை என்றே நினைக்கின்றேன். அதே போல் மருதநாயகம் படம் வராமல் தடுத்தது யார் என்ற கேள்வியை எழுப்புகின்றார். ஹே ராம் (2000), உன்னைப்போல் ஒருவன் (2009) போன்ற படங்களையும் தன் விசாரிப்புக்கு எடுத்துக் கொள்கின்றார்.

மலையாள சினிமா பற்றி நூலாசிரியரின் அவதானிப்புகள் கவனிக்கத்தக்கவை, நல்லெண்ணத்தின் அடிப்படையில், உருவாக்கப்பட்ட இஸ்லாமியர் சார்ந்த படங்கள் பல வந்து மக்களின் வரவேற்பைப் பெற்றிருக்கின்றன. படத்தயாரிப்பின் சகல அம்சங்களிலும் அவர்களின் பங்களிப்பு நிரவியிருக்கின்றது. கிறிஸ்துவர், இந்து, முஸ்லிம் என பல மதக் கலைஞர்களும், சினிமாவின் இயல்பை உணர்ந்து உருவாக்கும் படங்கள் மத நல்லிணக்கத்தைச் சார்ந்திருக்கின்றன. முஸ்லிம் சமுதாயத்தில் உள்ள சில பழக்கங்களைக் கடுமையாக விமர்சித்த ஒரு

முக்கியமான படம், டி.வி. சந்திரன் இயக்கிய ஒரு பாடம் ஒன்னு: ஒரு விலாபம் (மலையாளம் 2003) ஆசிரியரின் கவனத்தை கவராதது எனக்கு வியப்பளிக்கின்றது.

ஆனால் தமிழ் சினிமாவில் நிலைமை வேறு விதமாக இருப்பதை ஆசிரியர் ஆதங்கத்துடன் சுட்டிக்காட்டுகின்றார். மதநல்லிணக்கப் படம் என்று போற்றப்பட்ட பாவமன்னிப்பு (1955) படத்தின் துவக்க காட்சியிலேயே கடத்தப்படும் மூன்று குழந்தைகளும் இந்து மேல்ஜாதி குடும்பத்தில் பிறந்தவை என்பது பார்வையாளர்களுக்குக் காட்டப்படுகின்றது. இவர்கள் ஒருவர் கிறிஸ்தவராயும், ஒருவர் இஸ்லாமியராயும் ஒருவர் இந்துவாகவும் வளர்கிறார்கள் இதில் என்ன மதநல்லிணக்கம்? ஆனால் படத்தயாரிப்பில் மதநல்லிணக்க எடுத்துக்காட்டுகளைத் தமிழ் திரையுலகில் காண முடிகின்றது. ஜுபிடர் பிக்சர்ஸின் மொய்தீன், விஜயகாந்துடன் இணைந்திருந்த ராவுத்தர் போன்று.

இந்தப் புத்தகம் செப்பனிடப்படவில்லை என்பது தெரிகின்றது. கதாபாத்திரங்கள் பெயருக்குப் பதிலாக நடிகர்களின் பெயர்களைப் பயன்படுத்துவது குழப்பத்தை தருகின்றது. சில ஆங்கிலச் சொற்களும் பெயர்களும் ஆங்கிலத்திலேயே எழுதப்பட்டுள்ளன. விவரம் சார்ந்த சில தவறுகளும் துருத்திக்கொண்டு தெரிகின்றன. திப்பு சுல்தான் வேலூர் சிறையில் வைக்கப்பட்டு அங்கு தூக்கிலிடப்பட்டதாக ஆசிரியர் எழுதுகின்றார். சீரங்கப்பட்டணப் போரில் திப்பு மடிந்தார் என்பது ஊரறிந்த வரலாறு. அந்தக் கோட்டையில் அவர் சடலம் கண்டறியப்பட்ட இடத்தில் ஒரு நினைவுச் சின்னம் எழுப்பப்பட்டுள்ளது.

சினிமா சார்ந்த நூலில், கவனிப்பிற்கு எடுத்துக்கொண்ட படங்களின் பட்டியல் ஒன்று தரப்படுவது வழமை. அதே போல் பயன்படுத்தப்பட்ட நூல்கள் பட்டியலுடன் சொல்லடைவும் அவசியம். இந்த மூன்று அங்கங்களும் ஒரு முக்கியமான நூலின் பயனைப் பன்மடங்கு உயர்த்தும்.

- *இந்திய சினிமாவில் முஸ்லிம்கள், அப்சல், இருவாட்சி இலக்கியத் துறைமுகம், சென்னை 600001. 2021, பக்கம் 252. ரூ. 250.*

☐ இந்து தமிழ் திசை 2022

திலீப் குமார் (1922-2021): நட்சத்திரங்களின் காலம்

1966 இல் ஒரு முறை நானும் எனது தம்பியும் மாமல்லபுரம் சென்றிருந்த போது, கடற்கரைக் கோவில் அருகே *ஆத்மி* (இந்தி) படப்பிடிப்பு நடந்து கொண்டிருந்தது. கதாநாயகன் திலீப் குமார் காமிராவை எந்த இடத்தில், எந்தக் கோணத்தில் வைக்க வேண்டும், விளக்குகளை எங்கே நிற்க வைக்க வேண்டும் என்று சொல்லிக் கொண்டிருந்தார். படப்பிடிப்பின் ஒவ்வொரு அசைவையும் அவர் தீர்மானித்துக் கொண்டிருந்தார். ஒரு மரத்தடியில் அமர்ந்து இயக்குனர் நாளிதழ் படித்துக்கொண்டிருந்தார்.

ஐம்பதுகளிலும் அறுபதுகளிலும் கோலோச்சிய சில நட்சத்திர நடிகர்கள், இந்தியில் மட்டுமல்ல, தமிழ் சினிமாவிலும், படங்களை ஏறக்குறைய அவர்களே இயக்கினார்கள். எடிட்டிங் அறையில் கூட இருப்பார்கள் என்று கேள்விப்பட்டிருக்கின்றேன். படங்களின் குவிமையம் கதாநாயகனாக இருந்ததை அவர்கள் உறுதி செய்தார்கள் என்று சொல்லத் தேவையில்லை. இயக்குனரை மீறி இயங்கியதால், இம்மாதிரியான ஒரு நட்சத்திர நடிகரின் நடிப்பும் ஏறக்குறை எல்லாப் படங்களிலும் ஒரே மாதிரியாக இருந்தது. இந்தப் பாரம்பரியத்தில் வந்த திலீப் குமாரும் ஒரு 'முழு கண்ட்ரோல்' நடிகர் தான் எனலாம்.

இன்று பாகிஸ்தானில் இருக்கும் பெஷாவர் நகரில் பத்தான் சமூகத்தில் 12 குழந்தைகள் கொண்ட குடும்பத்தில் முகமது யூசுப் கானாக 1922 இல் பிறந்தார். இவரது தந்தை பழ வியாபாரம் செய்ய பம்பாய்க்கு குடிபெயர்ந்தார். அங்கு ஒரு சிற்றுண்டி விடுதியில் வேலை செய்து கொண்டிருக்கும் போது யூசுப்

கான் ஜவார் பட்டா (1944) என்ற படத்தில் திலீப் குமார் என்ற பெயருடன் முதன் முதலில் திரையில் தோன்றினார். பின்னர் ஷாஹீத் (1948), தீதார் (1952) போன்ற படங்கள் மூலம் தனது நட்சத்திர அந்தஸ்தை உறுதி செய்தார்.

இவர் நடித்த சில படங்கள் தமிழில் மொழிமாற்றம் செய்யப் பட்டிருந்ததால் அவர் தமிழ் மக்களால் நன்கறியப்பட்டிருந்தார். 1956 இல் இவர் நடித்து வெளிவந்த வானரதம் இங்கு நல்ல வரவேற்பு பெற்ற படம். அந்த மாதிரியான இன்னொரு படம் தான் பாட்டாளியின் சபதம் (1958). அதே ஆண்டு வெளிவந்த இந்திப்படம் மதுமதி அவரை தமிழ்நாட்டில் புகழின் உச்சாணிக்குக் கொண்டு சென்றது. நான் கல்லூரியில் படித்துக்கொண்டிருந்த போது திருவல்லிக்கேணி ஸ்டார் டாக்கீசில் இந்தப் படத்தை பார்த்தது நினைவிலிருக்கின்றது. அந்தக் கொட்டகையில் இப்படம் பல மாதங்கள் ஓடியது. இந்தி எதிர்ப்பு போராட்டத்திற்குப் பின், பம்பாய் படங்கள் தமிழ்நாட்டில் திரையிடப்படுவது மிகவும் குறைந்து விட்டது.

உதட்டிற்குள்ளேயே பேசிக்கொள்வது, சிந்தனையில் ஆழ்ந்திருப்பது போன்ற முகபாவனை இவைகளால் சில விமர்சகர்கள் இவரை மார்லன் பிராண்டோவிற்கு ஒப்பிட்டாலும், திலீப் குமார் தனது ஆதர்ச நடிகராக பால் முனியைத்தான் (Paul Muni) குறிப்பிட்டார். இந்திய நடிகர்களுள் மோதிலாலின் பாணியைத் தான் தொடர்வதாக ஒரு முறை சொன்னார். நிச்சயமாக ஆரம்ப கால நாடக பாணியிலிருந்து விலகி யதார்த்த நடிப்பை இவர் பின்பற்ற முயற்சி செய்தார். கோகினூர் (1960) படத்தில் இசைக்கலைஞனாக நடிக்க இவர் விலாயத் கானிடம் சிதார் வாசிக்க கற்றுக்கொண்டார். இவர் தனக்கென ஒரு தனிபட்ட நடிப்புப் பாணியை அமைத்துக் கொண்டிருந்தார் என்பதில் சந்தேகமில்லை.

திலீப் குமார் போல தங்களது இஸ்லாமிய பெயரைத் தவிர்த்து சினிமாவிற்கென்று வேறு பெயர் எடுத்துக் கொண்ட நடிகர் நம் நாட்டில் பலருண்டு. ஜானி வாக்கர், மதுபாலா, மீனாகுமாரி இவர்கள் அனைவரும் முஸ்லிம் பெயரை மாற்றிக்கொண்டவர்கள். நம்மூரில் ஆனந்தன் (விஜயபுரி வீரன்), பிரேம் நசீர், ராஜ்கிரண் போன்றோர் நினைவிற்கு வருகின்றனர்.

திலீப் குமார், நேரு, தேவ் ஆனந்த், ராஜ் கபூர்.

அதே போல கிறிஸ்துவ பெயரை விட்டு வேறு பெயரைச் சூட்டிக்கொண்ட கலைஞர்களும் நம்முள் பலர் உண்டு.

பெயரை மாற்றிக்கொண்டாலும், திலீப் குமார் முஸ்லிம்களின் முன்னேற்றத்திற்காகப் பல முயற்சிகள் எடுத்தார். மகாராஷ்டிராவின் பிற்படுத்தப்பட்ட பஸ்மண்டா இஸ்லாமிய மக்களுக்காக வேலை செய்தார். நிதி கொடுத்து உதவினார். பத்மவிபூஷண் முதல் தாதாசாகேப் பால்கே விருது வரை அவருக்குக் கிடைத்தாலும், 1998 இல் அவருக்கு பாகிஸ்தான் அரசு நிஷான்-இ-இம்தியாஸ் என்ற விருது வழங்கி கௌரவித்த போது அவர் இங்கு வலதுசாரிகளால் நிந்திக்கப்பட்டார்.

இன்று திரையில் இயங்கும் பல முஸ்லிம் நடிகர்கள் — நவாசுதின் சித்திக்கி முதல் துல்கார் சல்மான் வரை — பலர் தங்கள் பெயரை மாற்றிக் கொள்ளவில்லை என்பது நல்ல அறிகுறி. அதே போல் நட்சத்திரங்களின் கைகள் ஓங்கிய படங்களுக்கு மத்தியில், அனுராக் கஷ்யப் போன்ற இயக்குனரின் முத்திரை தாங்கிய படங்கள் பல வர ஆரம்பித்து மக்களின் வரவேற்பைப் பெறுவதும் ஒரு நல்ல மாற்றம்தான். இருப்பினும்

திலீப் குமார் போன்ற நடிகர்கள் அவர்கள் காலத்தில் *மதுமதி, மொகலே ஆசம்* போன்ற இந்திய சினிமா வரலாற்றில் இடம் பெற்ற சிறந்த படைப்புகளைத் தந்தார்கள் என்பதையும் நாம் நன்றியுடன் நினைவு கூறவேண்டும்.

சினிமா அதிகம் பார்க்காத நேருவிற்கு திலீப் குமார் மீது ஒரு தனி அபிமானம் என்று கேள்விப்பட்டிருக்கின்றேன். (காண்க மேக்நட் தேசாய் எழுதிய *Nehru's Hero: Dilip Kumar in India's life*. 2004) இந்தியாவின் பன்முகப் பரிமாணத்திற்கு யூசுப் கான் சாகேப் ஒரு குறியீடு என்பதைப் பண்டிட்ஜி அறிந்திருந்தார் என்று நினைக்கின்றேன்.

☐ காலச்சுவடு, ஆகஸ்ட் 2021.

ராண்டார் கை*:
ஒரு வரலாற்றின் ஆரம்பம்

தமிழ் சினிமாவின் ஆரம்ப ஆண்டுகளைப் பற்றி அறந்தை நாராயணன் போன்று வெகு சிலரே எழுதியிருந்தார்கள். காரணம் அன்று அத்துறையைப் பற்றி ஒரு இழிவான மனநிலையே மேலோங்கியிருந்தது. சட்டப்படிப்பு முடித்த ரங்கராஜன் சென்னையில், மூத்த வக்கீல் வி.சி. கோபாலரத்தினத்திடம் உதவியாளராக வேலை பார்த்தார். அன்றைய பல இயக்குநர்களுக்கும் நடிகர்களுக்கும் கோபாலரத்தினம் தான் வக்கீல். ஆகவே கோடம்பாக்கத்தின் நடப்புகளை வெகு சமீபத்திலிருந்து பார்க்கும் வசதியும் மற்றவர்களுக்குக் கிடைக்காத புரிதல்களும் இவருக்கு கிடைத்தது. அவரது கட்டுரைகளுக்கு இவை ஆதாரமாக அமைந்தன. ரங்கராஜன் என்ற தனது பெயரின் ஆங்கில எழுத்துக்களை புரட்டிபோட்டு ராண்டார் கை என்ற புனைப்பெயர் மூலம் பிரபலமானார். எம்.கே. தியாகராஜ பாகவதர் - என்.எஸ். கிருஷ்ணன் இவர்கள் மீது போடப்பட்ட லட்சுமிகாந்தன் கொலை வழக்கு பற்றி நிறைவே எழுதினார். சினிமா வழக்குகள் மட்டுமல்ல. ஆளவந்தார் கொலை வழக்கு போன்ற மற்ற பிரபல கொலை வழக்குகளைப் பற்றியும் எழுதினார். அத்துடன் கதை காப்புரிமை வழக்குகள் பற்றியும் சுவையாக எழுதினார்.

---

* நெல்லூரில் பிறந்து, அன்மையில் காலமான ராண்டார் கை என்ற மாதபூஷி ரங்கதுரை (1937–2023) தமிழ் சினிமாவின் தொடக்ககால வரலாற்றிற்குத் தனது கட்டுரைகள் மூலம் சிறப்பான பங்களித்தவர்.

எண்பதுகளில் சென்னையிலிருந்து வெளியான *Aside* என்ற மாதமிருமுறை ஆங்கிலப் பத்திரிகையின் ஆசிரியர் ஐவான் ஏப்ரஹாம் இவருடைய சினிமா சார்ந்த எழுத்துக்கு நிறைய இடம் ஒதுக்கினார். 1988 ஜனவரியில் ராண்டார் கை இப்பத்திரிகையின் முதல் இதழில் ஆரம்பித்த இத்தொடரின் தலைப்பு Once Upon a City. இதில் முதல் கட்டுரை The Dream Factories என்ற தலைப்பில் வந்தது. இதில் முதல் தமிழ் மௌனப்படம் கீசகவதம் 1916 இல் வெளியானது என்றும் அதன் ஒரு பிரதி அமெரிக்காவில், ராச்செஸ்டரின் உள்ள ஈஸ்ட்மன் கோடக் நிறுவனத்தில் உள்ள ஆவணக்களரியில் உள்ளது என்று தான் கேள்விப்பட்டதாக எழுதுகின்றார். அந்த விவரத்திற்கு ஆதாரம் எது என்று இவர் கூறவில்லை. ஏ. நாராயணன், ராஜ சாண்டோ, பிரகாசா, கே. ராம்நாத் போன்ற தமிழ் சினிமாவின் முன்னோடிகளைப் பற்றி நிறைய விவரங்களுடன் இரண்டு வருடங்கள் இந்த தொடரை எழுதினார். இதுதான் தமிழ் சினிமா வரலாற்றிற்கு ராண்டார் கையின் முக்கியமான பங்களிப்பு. பின்னர் அவர் எழுதிய பல கட்டுரைகள் இவைகளின் மீளாக்கமாகவே இருந்தன. இவர் பல ஆண்டுகள் கழித்து எழுதிய *Star Light and Star Bright* என்ற நூல் இதற்கு ஒரு எடுத்துக்காட்டு.

பின்னர் தி ஹிந்து இதழில் Blast from the Past என்ற ஆங்கில கட்டுரைத் தொடர் ஒன்றை எழுத ஆரம்பித்தார். பழைய, இன்று மறக்கப்பட்டு விட்ட பல தமிழ்ப் படங்களை ஒவ்வொரு கட்டுரையிலும் அறிமுகப்படுத்தினார். இதற்கு நல்ல வரவேற்பு கிடைத்தது. இந்த கட்டுரைகளுக்கு மூல நூல்கள் இவரிடம் இருந்தன என்பது எனக்கு தெரியவந்தது. தொன்னூறுகளில் தமிழ் சினிமா வரலாற்றின் மேல் சில ஆய்வாளர்களுக்கு ஆர்வம் ஏற்பட்டது. அவர்கள் ராண்டார் கையின் புத்தகங்களில் சிலவற்றைப் பார்க்க முயற்சித்தார்கள். முடியவில்லை. அவருடன் உரையாட வேண்டிக் கேட்ட ஆய்வு மாணவர்களிடம் கட்டணம் பற்றிப் பேசினார்.

நம்மிடம் ஆரம்ப கால திரைப்படங்கள் இல்லாத பொழுது, அச்சு ஊடங்களில் அந்தப் படங்களை பற்றி எழுதப்பட்ட கட்டுரைகள், விமர்சனங்கள், நடிகர்களைப் பற்றிய வாழ்க்கை வரலாறுகள் இவை தான் நமக்கு அந்த கால சினிமா பற்றி கூறுபவை. சினிமா நோட்டிசுகளும் பாட்டுப் புத்தகங்களும்

ராண்டார் கை (1937-2023)

கூட நமக்கு முக்கிய ஆதாரங்களாகின்றன. சாதாரண விளம்பரம் கூட முக்கியமான தகவல்களை உள்ளடக்கியிருக்கும். தனது சேகரிப்பை ராண்டார் கை சிறப்பாக பயன்படுத்தி பல இதழ்களில் எழுதினார்.

ராண்டார் கையின் கட்டுரைகள் பல அரிய விவரங்களை அடக்கியிருந்தாலும் பெருவாரியாக இவை ஆளுமைகள் பற்றியே இருந்தன. ஒரு திரைப்படத்தின் அடிப்படை சிந்தாந்தம், அரசியல் பின்புலம், உள்ளடக்கம் ஆகியவற்றில் அவர் கவனம் செலுத்தவில்லை. அந்தப் பரிமாணம் அவரை ஈர்க்கவில்லை. திரைத்துறையின் வளர்ச்சியையும் அவர் பதிவு செய்யவில்லை. இன்றும் தமிழ் சினிமா பற்றி எழுதும் பலர் இந்த ரீதியிலேயே எழுதுவதை கவனிக்கலாம்.

இவருடைய புத்தகச் சேகரிப்பு இரண்டு ஆண்டுகளுக்கு முன் தேசிய பிலிம் ஆவணக்களரிக்கு போய் சேர்ந்து விட்டது. விலை கொடுத்து வாங்கப்பட்டது என்றறிகின்றேன். எஸ். ரங்கசாமி எழுதிய *Who is who in Indian Filmland* என்ற நூல் 1933 இல் வெளியிடப்பட்டது. ஆரம்ப கால தமிழ் சினிமா உலகின் பல அரிய தகவல்களை உள்ளடக்கியது இந்த நூல். சிறப்பாக மௌனப்பட காலத்திய ஆளுமைகள் பற்றிய விவரங்கள் இந்நூலில் இருந்தன. இந்தப் புத்தகம் இவரது சேகரிப்பில் இருந்தது என்பது என் அனுமானம்.

தமிழ்நாட்டில் சிலர் தங்களிடம் இருக்கும் அரிய பத்தகங்களைப் பற்றி வெகு ரகசியமாக பாதுகாக்கின்றார்கள். யாரையும் அண்டவிட மாட்டார்கள். உயிலிலும் எழுதி வைப்பதில்லை. இதை நண்பர்கள் சிலர் Dragon syndrome என்று குறிப்பிடுகின்றார்கள். சேகரிப்பாளர் திடீரென்று காலமானால், இந்த சேகரிப்பு எங்கே போய்விட்டது என்று தெரியாது. மதுரையில் இரண்டாண்டுகளுக்கு முன் மறைந்த ஓர் ஆய்வாளரின் சினிமா புத்தகங்களை அவரது குடும்பத்தார் அக்கறையுடன் ரோஜா முத்தையா ஆராய்ச்சி நூலகத்திற்கு வழங்கியுள்ளனர். பலரது சேகரிப்புகள் இந்த நூலகத்திற்கு வந்து சேர்ந்துள்ளன. அமெரிக்காவில் வாழும், தமிழ் சினிமா ஆய்வில் முன்னோடியான ராபர்ட் ஹார்ட்கிரேவின் நூல்களை அவர் ஆய்வு சார்ந்த குறிப்புகளையும் இந்த நூலகத்திற்கு அளித்துள்ளார். இந்த நூல்கள் ஆய்வாளர்களுக்கு எளிதில் படிக்க கிடைக்க வேண்டும். ‘எளிதில்’ என்பது தான் இங்கு சிறப்பு சொல். அரசு ஆவணக்களரிகளுக்குள் சென்றால், நூல்களைக் காண்பதரிது. எடுத்துக்காட்டாக ஃபில்ம் நியூஸ் ஆனந்தனின் சேகரிப்பை, அது தமிழக அரசின் கைக்கு சென்ற பின் யாராவது பார்த்ததுண்டா? இளந்தலைமுறையைச் சேர்ந்த சினிமா ஆய்வாளர் சுகீத் கிருஷ்ணமூர்த்தி இந்த தளத்திலுள்ள நூல்களைப் பார்ப்பது எவ்வளவு சிரமம் என்று விவரிக்கின்றார்.

தேசிய ஃபிலிம் ஆவணக்களரியின் பேரில் ராண்டார் கை பத்து பழங்கால சினிமா ஆளுமைகளை நேர்காணல் கண்டு ஒலிநாடாவில் பதிவு செய்தார். இதில் கே.ஆர். செல்லம், எம்.ஆர். ராதா போன்ற நடிகர்கள் அடக்கம். இவை ராண்டாரின் இரண்டாவது முக்கியமான பங்களிப்பு. இந்தப் பதிவுகள் ஆய்வாளர்களுக்குக் கிடைக்கின்றன.

எனக்கு ராண்டார் கை 1974 இல் இருந்து பழக்கம். சென்னையில் இருக்கும் வரை மாதம் ஒருமுறை புக் கிளப்பில் சந்திப்பது உண்டு. ஒவ்வோரு முறையும் ஒரு புதிய ஜோக்கை அவிழ்த்து விடுவார்.

□ இந்து தமிழ் திசை, ஏப்ரல் 2023

அழகியல்

மன்மத லீலையை வென்றார் உண்டோ?: தமிழ் சினிமாவும் பெண்ணுடல் நோக்கலும்

ஒரு பையனும் பெண்ணும் பழக அனுமதியும் வெளிகளுமில்லாத ஒரு சமூகத்தில், இருட்டறையில் அமர்ந்து, மற்றவர்கள் தங்களை கவனிக்காமல், பெண் பிம்பங்களைத் திரையில் இடையூறின்றி பார்க்கும் வசதி 1930களில் தமிழ் மக்களுக்குக் கிடைத்தது. பெண்கள் திரையில் தோன்றி ஆடினார்கள்; பாடினார்கள்; அவர்களை அண்மைக் காட்சியிலும் பார்க்க முடிந்தது. அந்தக் காலகட்டத்தில் வேறு எந்த கட்புல ஊடகமும் தோன்றியிருக்கவில்லை. ஒரு பெண்ணின் பிம்பம் திரையில் தோன்றினாலே அது பாலுணர்வை தூண்டும் தருணம்தான். சினிமா எனும் புதிய நிகழ்கலை மக்களை காந்தம் போல் ஈர்ப்பதற்கு இந்தப் பார்வை இன்பமும் ஒரு முக்கிய காரணமாக அமைந்தது. இதை நன்குணர்ந்த படத் தயாரிப்பாளர்கள் தங்கள் படங்களில் இந்தத் தேவையைப் பூர்த்தி செய்வதில் கண்ணும் கருத்துமாக இருந்தனர்.

தோற்றப்பொலிவுடன் பார்ப்பதற்கு அழகாக இருக்கும் பெண்கள் நடிகைகளாகத் தெரிந்தெடுக்கப்பட்டார்கள். அவர்களது நடிப்புத்திறன் இரண்டாவது பட்சத்தில் தான். இயக்குனர் மீரா நாயர் ஒரு முறை இந்திய சினிமா உலகில் நடிப்புத்திறனை விட, அழகாயிருப்பதுதான் முக்கியம் என்று தவறாகக் கருதுகின்றார்கள் என்றார். நடிகை திரையில் தோன்றி பாடி ஆடினால் போதும் என்று இயக்குநர்கள் கருதினார்கள். இத்தகைய அணுகுதலால் ஒரு பாத்திரத்தின் சித்தரிப்பு முக்கியத்துவம் பெறாமல், பார்வை இன்பத்திற்குத் தீனி போடுவதற்கு முன்னுரிமை கொடுக்கப்பட்டது 1940 இல் வந்த

வனமோகினி படத்தில் தோன்றிய தவமணி தேவியின் கவர்ச்சி பிரமாதமாகப் பேசப்பட்டது.

நாற்பதுகளிலும் ஐம்பதுகளிலும் தமிழகத்தில் கிராமப்புறங்களில் டெண்ட் கொட்டகைகளும் ஓலைக் கொட்டகைகளும் இருந்த காலத்தில் அவைகளில் தரை டிக்கட் என்று ஒரு பகுதி இருக்கும். பெஞ்சோ, நாற்காலியோ இருக்காது. வெறும் மண்தரையில்தான் உட்கார வேண்டும். அங்கு அமர்ந்து படம் பார்க்கும் சிலர் சுயமைதுனத்தில் ஈடுபடுவது உண்டு. இந்தப் பிரச்சனை வட இந்திய ஊர்களிலும் இருந்ததாக ஒரு கருத்தரங்கில் பேராசிரியர் சத்தீஷ் பகதூர் கூறக்கேட்டிருக்கின்றேன். நான் சிறுவனாயிருந்த போது, எங்களூர் வசந்தா டாக்கீஸில் மாயக்குதிரை (1949) என்ற படம் பார்த்துக்கொண்டிருந்த போது தரைப் பகுதியில் ஒரு சச்சரவு ஏற்பட்டது. நடிகையின் பெயரைச் சொல்லிக் கொண்டே சுய இன்பத்தில் ஈடுபட்டிருந்த ஒருவனைப் பக்கத்திலிருந்த ஆட்கள் அடிக்க ஆரம்பித்து விட்டார்கள். ரகளை அடங்க சிறிது நேரமாயிற்று.

பெண்ணுடல் காட்டல் சினிமாவின் ஒரு இன்றியமையாத அம்சமானது. பெண் பாத்திரங்கள் கவர்ச்சிகரமாகக் காட்டப்பட்டனர். இதில் நடனம் ஒரு முக்கிய உத்தியாக உருவானது. ஐம்பதுகளில் படங்களில் நடனம் ஓர் அம்சமாக நிலை பெற்றது. ஒவ்வொரு படத்திலும் இரண்டு அல்லது மூன்று முழு நடனங்கள் இருக்கும். லலிதா பத்மினி, குமாரி கமலா, சாய் சுப்புலட்சுமி சகோதரிகள், இ.வி. சரோஜா என பல நடனமணிகள் தோன்றினார்கள். சில படங்களில் நாட்டிய நாடகங்கள் இடம் பெற்றன. பார்த்திபன் கனவு (1960) படத்தில் இருந்த சிவகாமியின் சபதம் போல. இந்தக் கலைஞர்கள் ஆடியது பரத நாட்டியம். டி.ஆர். ராஜகுமாரி போன்ற கலைஞர்கள் இம்மாதிரியான பாத்திரங்களில் தோன்றினர். (தமிழ் சினிமாவின் இந்த காலகட்டத்தைப் பற்றி ஒரு நல்ல நூல் அமெரிக்காவில் வெளிவந்துள்ளது Celluloid Classisim Early Tamil Cinema and the Making of Modern Bharathanatyam. By Hari Krishnan. Weslyn Universtiy Press 2021)

இதே சமயத்தில் சில சமூகப் படங்கள் வரத் தொடங்கின. அவைகளில் நடனம் வேண்டுமே? கல்லூரியில் நடனம்,

டி.ஆர். ராஜாகுமாரி.

திருவிழாவில் ஆட்டபாட்டம் எனக் கதை சொல்லலில் எப்படியாவது ஒரு நடனம் வலிந்து திணிக்கப்பட்டது. கிளப் நடனம் எனும் ஒருவகை நிகழ்வு அறிமுகப்படுத்தப்பட்டது. இந்தி திரை உலகில் ஷீலா ரமணி, ஹெலன் போன்ற நடனமணிகள் இயங்கிக்கொண்டிருந்த காலகட்டத்தில் தமிழ் சினிமாவிலும் அத்தகைய திறமைகள் பெற்ற நடிகையர் தோன்றினர். புரட்சிகரமான கருத்துக்கள் கொண்ட *பராசக்தியிலும்* (1952) ஒரு கவர்ச்சி நடனம் இடம் பெற்றது. (ஓ... ரசிக்கும் சீமானே...) இம்மாதிரியான காட்சிகள் படத்தின் தாக்கத்தை, முக்கிய கருத்தை நீர்த்துப்போக செய்யவும், கவனச்சிதைவு ஏற்படவும் காரணமாக அமைகின்றன. ஒரு எடுத்துக்காட்டு. சிறிதளவும் சம்பந்தம் இல்லாமல், ரகசியாவின் ஒரு கவர்ச்சி நடனத்தை *பெரியார்* (2007) படத்தில் இயக்குனர் புகுத்தியிருப்பார். இந்தக்

காட்சி படத்தின் குவிமையத்திலிருந்து வெகுதூரம் விலகி இருந்தது. புராணப் படங்களில் கூட, தெய்வீக பாத்திரங்களைச் சித்தரிக்கும் பெண்கள் கவர்ச்சிகர ஆடையலங்காரத்துடன் தோன்றினார்கள், சம்பூர்ண ராமாயணத்தில் சீதாவாக பத்மினி தோன்றியதை குறிப்பிடலாம்.

முதல்வன் (2000) படம் பற்றி காலச்சுவடு இதழில் ஒரு கட்டுரையில் எழுதிய அ. ராமசாமி இதை அருமையாக விளக்குகின்றார்.

"பெண்ணின் அருகில் நிற்பதையே அனுமதிக்காத சமூகத்தில் உலவும் பார்வையாளனுக்கு, இளம் பெண்ணின் இடுப்பு மடிப்புகளிலும் தொப்புள் குழியிலும் ஊதி விளையாடும் காட்சிகளும் இரண்டு மார்புக்கிடையில் எழுதிப் பழகுவதும் நிச்சயம் நிஜம் சார்ந்தன அல்ல. அவை புனைவு சார்ந்தன என்பதை விட போதையூட்டுவன என்றே சொல்லலாம்."

இந்த மாதிரி போதையூட்டுவது ஒரு முக்கிய வணிக உத்தியாகப் படத் தயாரிப்பாளர்களால் அறியப்பட்டது. அறுபதுகளில் வந்த, ஜெயமாலினி தோன்றி நடனமாடிய விட்டலாச்சார்யாவின் படங்களை நினைவு கூருங்கள். எழுபதுகளில் அனுராதா, சில்க் சுமிதா போன்ற கவர்ச்சி நடனமணிகள் தோன்றி இயங்கினர். நடிகைகள் சிலர் கனவுக்கன்னி என்று வர்ணிக்கப்பட்டு சிறப்பு அந்தஸ்து பெற்றனர்.

எண்பதுகளில் பெண்ணிய கருதுகோள்கள் உருவாகி, ஆய்வாளர்கள் பல துறைகளைப் பற்றி இந்த நோக்கில் ஆராயப் புகுந்த காலகட்டத்தில் பிரிட்டனை சேர்ந்த பேராசிரியர் லாரா மல்வி (Laura Mulvey) சினிமாவை நோக்கி தன் கவனத்தைத் திருப்பினார் ஆண்கள் எழுதி, ஆண்களே இயக்கும் சினிமா போன்ற நிகழ்கலைகள் ஆணாதிக்கப் பார்வையிலேயே இருப்பதில் வியப்பில்லை என்றார். அதைப் பார்ப்பவர்களும் பெரும்பாலும் ஆண்களாயிருப்பதால் இக்கலைகளின் உள்ளடக்கம் அவர்கள் பார்வைக்காகவே உருவாக்கப்படுகின்றது. திரையில் பெண்ணுடலைக் காட்டி பார்வையாளர்களை ஈர்ப்பதை male gaze என்று குறிப்பிட்டார். லாரா மல்வி இப்பொருள் பற்றி எழுதிய பிறகு, கல்விப்புலத்தில் சினிமாவின் இந்தப் பரிமாணம் குறித்து ஒரு விழிப்புணர்வு உருவானது.

வைஜயந்திமாலா வாழ்க்கை படத்தில்.

Male gaze என்றறியப்படும் இந்தக் கருதுகோள் பற்றி பல விமர்சகர்கள் எழுத தொடங்கினார்கள். ஆண்களின் பார்வை இன்பத்திற்குப் படங்கள் தீனி போடுவதால் சினிமாவின் சாத்தியக்கூறுகள் மழுங்கடிக்கப்படுவது பற்றியும், சித்தாந்தம் எதுவுமற்ற வெறும் நேரம்கொல்லி சினிமா உருவாவது பற்றியும் பேச்சு எழுந்தது. இயக்குனர் ஒருவர் சொல்ல வரும் கருத்து, பார்வை இன்பத்திற்குக் கொடுக்கப்படும் முக்கியத்துவத்தால் நீர்த்துப் போய்விடுகின்றது. பொழுதுபோக்கு அம்சங்களை தவிர்த்து, சொல்ல முற்படும் கருத்திலேயே கண்வைத்து எடுக்கப்பட்ட சில படங்கள் தமிழ்நாட்டில் உருவாக்கப்பட்டிருக்கின்றன. பாலு மகேந்திராவின் *வீடு (1988)* போல. இப்படி செயல்படுவதற்கு இந்த ஊடகத்தின் மேல் நல்ல பிடிப்பும், மனோதைரியமும் வேண்டும். அருண் கார்த்திக்கின் திரையாக்கத்தில் உருவான *நசீர் (2020)* படமும் இம்மாதிரியான ஒரு தீர்க்கமான படைப்பு.

இந்தத் தருணத்தில் பாத்திர சித்தரிப்பில் அக்கறை கொண்ட சில பெண் கலைஞர்கள் இதை உணர்ந்து நடிப்பில் கவனம் செலுத்த தொடங்கியுள்ளனர். சொல்லப்போனால், அவர்கள்

Sir படத்தில் திலோத்தமை சோம்

கவர்ச்சியைக் கவனமாக தவிர்க்கின்றனர். நெட்ஃபிலிக்ஸில் *Sir* (2018) என்ற படம் வந்து பன்னாட்டு விமர்சகர்களின் கவனத்தை ஈர்த்துள்ளது. மும்பையில் ஒரு வசதியுள்ள இளைஞனுக்கும் வீட்டு வேலை செய்யும் பெண்ணுக்கும் உருவாகும் காதல் பற்றியது. இதில் பணிப்பெண்ணாக நடிக்கும் திலோத்தமை சோம் ஒரு நேர்காணலில் இந்த பிரச்சினை பற்றி மிகத்தெளிவாகப் பேசியதைக் கேட்டேன். "திரையில் நான் அழகாகத் தோன்றி விட்டால் என் நடிப்பு கவனிக்காமல் போய்விடக்கூடும் என்பதில் நான் கவனமாயிருந்தேன்" என்றார். பாத்திரத்தைத் துல்லியமாகப் பிரதிபலிப்பதற்கே முன்னுரிமை அளிக்கப்பட வேண்டும் என்கின்றார்.

திலோத்தமை போன்ற கலைஞர்கள் தமிழ் சினிமாவிலும் இயங்கிக் கொண்டிருக்கின்றார்கள். காக்கா முட்டை (2014) யில் நடித்த ஐஸ்வர்யா ராஜேஷ் நினைவிற்கு வருகின்றார். அண்மையில் வந்த மண்டேலா (2021) படத்தில் கிராமத்து அஞ்சல் அலுவலராக (BPM) தோன்றும் ஷீலா ராஜ்குமார் நடிப்பும் இத்தகைய நிலைப்பாட்டிற்கு நல்ல எடுத்துக்காட்டு. அவர் நடிக்கும் எல்லா படங்களிலும் கவர்ச்சியோ, பார்வை இன்பமோ தன் நடிப்பிற்கு குறுக்கே வராமல் வெகு இயல்பாகப் பார்த்துக் கொள்கின்றார். இதனால் அவரது பாத்திர சித்தரிப்பு ஆழமும் நம்பகத் தன்மையும் பெறுகின்றது. *To Let* (2019)

படத்திலும், மனுசங்கடா (2017) படத்திலும் அவருடைய பாத்திர சித்தரிப்பு இம்மாதிரியானதுதான். எனக்கு அவர் நடித்ததில் மிகவும் பிடித்தது மலையாளப் படமான கும்பளாங்கி இரவுகள் (*Kumblongi Nights* 2019) ஒரு வார்த்தை கூட பேசாமல் முகபாவனையாலும் உடல்மொழியாலும் இதயத்தை பிழியும் நடிப்பைத் தருகின்றார்.

தமிழ்ப் படங்களில் பெண்ணுடலைக் காட்டுதற்குத் தரப்படும் முன்னுரிமை, சினிமா அழகியலைச் சிதைத்து, அதை ஒரு பொழுதுபோக்கு தளத்திலேயே நிறுத்துகின்றது. இந்த சூழலில் அரசியல் சினிமா மலர்வதற்கு வாய்ப்பே இல்லை. இம்மாதிரியான படங்களில் காதல் காட்சிகளில் இடம் பெறும் அம்சத்தை நாம் கவனிக்க வேண்டும். கதையில் இரு பாத்திரங்கள் ஒருவரை ஒருவர் நேசிக்கின்றனர் என்பதை சொல்வதை விட, அவர்களின் உடல் நெருக்கத்தைக் காட்டி, பார்வையாளர்களுக்கு கிளுகிளுப்பை மூட்டுவதற்கே அழுத்தம் தரப்படுகின்றது. ஆணும் பெண்ணும் நெருக்கமாக இருப்பது போன்ற காட்சிகள் ரசிகர்களின் பார்வை இன்பத்திற்காகப் படமாக்கப்படுகின்றன. பல டூயட் பாடல் காட்சிகளும் இந்த ரகத்தில் சேர்ந்தவை தான். இது முழுக்க முழுக்க வாயூரிசம் தான். (*voyuerism*).

தமிழ் சினிமாவில் அண்மைக்காலம் வரை படங்களில் இந்த பார்வையின்பத்திற்காகப் பெரும்பாலான பெண்கள் சார்ந்த காட்சிகள் முன்கோணத்தில் அமைக்கப்பட்டிருந்தன இந்த அணுகுமுறை காமிராவின் சாத்தியக்கூறுகளைக் கட்டிப்போட்டு விடுகின்றது.

□ காலச்சுவடு, ஆகஸ்டு 2021

தமிழ் சினிமாவில் பாட்டும் பரதமும்

தமிழ் நாட்டில் முதன்முதலாகத் துண்டு சலனப் படங்கள் காட்டப்பட்டு, சில ஆண்டுகளிலேயே சென்னையில், *கீசகவதம்*, *மகாத்மா கபீர்தாஸ்* (1925) போன்ற 125 முழு நீள பேசாப் படங்கள் தயாரிக்கப்பட்டன. இந்த மௌனப்பட யுகம் பதினைந்து ஆண்டுகள் நீடித்தது. 1931 இல் தமிழ் சினிமா பேச ஆரம்பித்தது.

டாக்கியின் தோற்றம்

பேசும் படத்தின் வரவை மேற்குலகு எதிர் கொண்டமைக்கும், இங்கு தமிழ் சினிமா எதிர்கொண்டதற்கும் ஏராளமான வேறுபாடுகள் உண்டு. சினிமா பிறந்த ஃபிரான்ஸ், அத்துடன் ஜெர்மனி, பிரிட்டன் போன்ற நாடுகளில் மௌனப் படத்திலிருந்து இயல்பாக பேசும் படம் அந்தந்த மொழியில் வளர்ந்தது. மாறாக தமிழகத்தில் சலனப்பட யுகம் முடிந்த பின் தோன்றிய பேசும் சினிமா முற்றிலும் ஒரு புதிய திசையில் பயணித்தது. முன்னமே தயாராக இருந்த ஒரு நிகழ்கலை வடிவை அது வசதியாக உள்வாங்கிக்கொண்டது. எழுத்தாளர்கள், பயிற்றுவிக்கப்பட்ட நடிகர்கள், பாடுவோர், இசை அமைப்பாளர் இவர்களுடன் ஒரு ஒலி அமைப்பும் (soundscape) சுவீகரிக்க தயாராக இருந்தது. இதுதான் கம்பெனி நாடகம்.

இசை வேளாளர்களின் இடப்பெயர்ச்சி

இதே காலகட்டத்தில் சமூக, கலாச்சார தளத்தில் ஒரு முக்கிய மாற்றம் நிகழ்ந்தது. நூற்றாண்டுகளாக இசை, நடனத்தை வாழ்வாதாரமாக கொண்டு கோவில்களைச் சார்ந்திருந்த இசை

இசைவேளாளர் நடன குழு

வேளாளர் சமூகத்தினர் பற்றியது இது. இருபதாம் நூற்றாண்டில் தொடங்கிய விடுதலைப் போராட்டம், சமூக சீர்த்திருத்தங்களில் ஒன்றாக தேவதாசி ஒழிப்பு இயக்கத்தைக் கையிலெடுத்தது. அதன் விளைவாக 1929 இல் நடைமுறைப்படுத்தப்பட்ட தேவதாசி ஒழிப்புச் சட்டத்தினால் அவர்களுக்கு ஆலயங்களிலிருந்து ஒழுங்காகக் கிடைத்துக் கொண்டிருந்த வருமானம் நிறுத்தப்பட்டது. ஜமீந்தார்கள் போன்ற புரவலர்களின் ஆதரவும் நின்றது. இந்தச் சமூகத்திலிருந்து பல பெண்கள், அவர்களது தனித்திறன்களான இசை, நடனத்துடன் நாடகத்துறையிலும் சினிமாத்துறையிலும் நுழைந்தனர். பேசும்படத்துறைக்கு இம்மாதிரியான நிகழ்கலை கலைஞர்கள் தேவைப்பட்டனர். நாட்டியம் கற்றுக் கொடுத்த நட்டுவனார்களும், சின்ன மேளம், பெரிய மேளம் என்றறியப்பட்டிருந்த இசைக்கலைஞர்களும்

தங்கள் இசைக்கருவிகள் சகிதமாக சினிமா ஸ்டுடியோக்களுக்குள் நுழைந்தனர். இவர்கள்தான் தமிழ்ப் பேசும்படத்தின் இளம்பருவத்தில் அதன் உள்ளடக்கத்தை நிர்ணயித்தனர். அதே பாணி பல்லாண்டுகளாகத் தொடர்ந்தது. அன்றைய படங்கள் பாட்டு, நடனக் கதம்பங்களாக, மேலைநாடுகளின் ஆப்பரா போலிருந்தன. 1936 இல் வந்த லீலாவதி சுலோசனா திரைப்படத்தில் 56 பாடல்கள் இருந்தாக அறிகின்றோம். தமிழ்நாட்டில் சினிமாவில் பாட்டு, நடனம் ஒரு நிலையான இடம் பெற்றதன் பின்புலம் இதுதான் என்பது என் அவதானிப்பு.

முதல் பத்து ஆண்டுகள் உருவாக்கப்பட்ட தமிழ் பேசும் படங்களில் பணியாற்றிய பெருவாரியான கலைஞர்கள் இசை வேளாளர் சமூகத்திலிருந்து வந்தவர்கள். ஆகவே அவர்களின் பாரம்பரியமான பாட்டு, நடனம் தான் திரையின் உள்ளடக்கமாகி, தமிழ் சினிமா இங்கு தொழில்முறையில் வேர்பிடித்து வளர உதவியது. அதுவே தமிழ் சினிமாவின் ஒரு முக்கிய பரிமாணமாக ஆனது. வழுவூர் ராமையா பிள்ளை போன்றோரின் பெயர் திரையில் பெருமையுடன் காட்டப்பட்டது. பின்னர் இவர்களில் சிலர் இயக்குநர்களாகவும் பரிணமித்தனர். பத்தாண்டுகளுக்குப் பின்னர், சினிமாவில் நல்ல வருமானம் கிடைப்பதைக் கண்ணுற்ற பல பிரபல சங்கீத வித்வான்கள் சினிவாவிற்குள் நுழைந்தனர்.

இதனால் நாடக மேடைக்கும் திரைக்கும் உள்ள வேறுபாட்டை உள்வாங்காமல் தமிழ் சினிமாவின் இளம்பிராயம் அமைந்துவிட்டது அவ்வப்போது தோன்றிய நல்ல மாற்றங்களும் வேரூன்றாமல் போய்விட்டன. சினிமாவின் தனிப்பட்ட இயல்புகள் மலர முடியாமல் போனது. அது மட்டுமல்ல. தமிழ் சினிமா ஒரு பொழுதுபோக்கு ஊடகம் என்ற குறுகிய எல்லைக்குள் நின்றுவிட்டது. ஒரு கலை வடிவமாக எட்டக்கூடிய உன்னத நிலையை நோக்கி இங்கே சினிமா பயணிக்கவேயில்லை. இந்தக் காலகட்டத்தில் பிரிட்டிஷ் அரசின் கடுமையான தணிக்கையும் தமிழ் சினிமா பொழுதுபோக்கு ஊடகமாக உறைந்து போனதற்கு ஒரு காரணம். அது மட்டுமல்ல. சங்கீதத்திற்கும் நாடகத்திற்கும் இடம் தந்த கல்விப்புலம் சினிமாவைப் புறக்கணித்தது.

ஜி.என்.பி உடன் வசுந்தரா தேவி, உதயணன் வாசுவதத்தை படத்தில்.

திரைப்படத்தில் பாட்டு பிடித்துக்கொண்ட இடம்

இந்தப் பின்னணியில் தான் வேறு எந்த நாட்டு சினிமாவிலுமில்லாத பாட்டு, நடனம் நம் திரையில் ஒரு சிறப்பு இடம் பெற்றது. பாட்டு நிறைந்த பாரம்பரிய கபூக்கி நாடகம் செழித்திருந்த ஜப்பானில் கூட பேசும் படம் தோன்றிய போது அதில் பாட்டு இடம் பெறவில்லை என்பதை மனதில் கொள்ள வேண்டும். ஏனென்றால் பாட்டு சினிமாவின் ஒரு இன்றியமையாத பரிமாணம் அல்ல. ஆனால் இங்கு அது சினிமாவின் ஓர் அத்தியாவசியமான அம்சம் என்பது போன்ற ஒரு மாயை தொடக்கத்திலேயே உருவாகிவிட்டது. ஆகவே தொடக்க கால முதலே தமிழர்கள் திரைப்படத்தைக் 'கேட்க'ப் போனார்கள். பார்க்க அல்ல. பாட்டுகளே ஒரு படத்தின் அடையாளமாகப் போய்விட்டது. இப்போதும் வயதான ஒருவரிடம் உங்களுக்கு பிடித்த படம் எது என்று கேட்டால் பாதாளபைரவி (1951) அல்லது பாவமன்னிப்பு (1961) என்பார். ஏனென்று கேட்டால் 'பாடல்கள் பிரமாதம்' என்று பதில் வரும்.

பாட்டும் படமும்

திரையில் பாட்டுக்கும் பின்னணி இசைக்கும் உள்ள வேறுபாட்டை உணர வேண்டும். நான் இங்குப் பேசுவது பாடல்களைப் பற்றி மட்டுமே. ஒரு திரைப்படத்தில் பாட்டின் இடம் என்ன? அது திரைப்படத்தின் உள்ளடக்கத்தை எவ்வாறு பாதிக்கின்றது? பெரும்பாலான படங்களில் பாடல்கள் ஒரு இடைச்செருகல்களாகவே வருவதால் கதை நகர்வை பாதிக்கின்றன. பாட்டு கேட்பதற்குப் பிரமாதமாக இருக்கலாம். அது வேறு விஷயம். படத்தில் அதன் இடம் என்ன என்பதுதான் கேள்வி. அரிதாக, வெகு அரிதாக ஒரு பாடல் கதை நகர்தலுடன் பிணைந்து வருவதைக் காணலாம். சேரனின் ஆட்டோகிராப் படத்தில் வரும் ஞாபகம் வருதே... பாடலை சுட்டிக்காட்டலாம். ஆனால் பொதுவாக பாடல்கள். கதையோட்டத்துடன் இணையாமல் வலிந்து திணிக்கப்படுகின்றன.

காண்பியலும் ஒலியும்

நம் சினிமாவில் ஒலிக்குச் சிறப்பு இடம் கொடுக்கப்பட்டதால் சினிமா அழகியலின் ஆதார சுருதியான காட்சி பிம்பங்களுக்கு முன்னுரிமை அளிக்கப்படவில்லை. ஆகவே சினிமாவின் வளர்ச்சிக்கு தேவையான காட்சி பிம்பங்கள் மூலம் கதை சொல்லும், கருத்துக்களைப் பரப்பும் அடிப்படையான திறமை இங்கு உருவாகவில்லை. சுருக்கமாக சொல்ல வேண்டுமென்றால், இங்குத் திரைப்பட மொழி உருவாகவில்லை. பாட்டு, நடனம், பாத்திரப்பேச்சு என்ற ரீதியில்தான் தமிழ் சினிமா வளர்ந்தது.

இதே காலகட்டத்தில் நாடக மேடையிலிருந்து சினிமாவிற்குள் நுழைந்த நடிகர்களும் இயக்குனர்களும், மேடைக்கும் திரைக்கும் உள்ள அடிப்படை வேறுபாட்டை உணராமல், சினிமாவைப் படமாக்கப்பட்ட நாடகமாகவே கண்டார்கள். இந்த புலப்பெயர்ச்சி எழுபதுகள் வரை — சென்னையிலிருந்த நாடக சபாக்கள் ஒவ்வொன்றாக சினிமாவிற்குள் நுழைந்த காலம் — தொடர்ந்து, தமிழ் சினிமாவை முடக்கிப்போட்டது. சினிமா அழகியல் உணரப்படவேயில்லை.

மலைக்கள்ளன் படத்தில் சாயி சுப்புலட்சுமி, எம்.ஜி.ஆருடன்

படத்தில் நடனக் கச்சேரி

இதே போல் தான் நடனமும். படங்களில் நடனம் தனியாக, படத்துடன் இணைந்திருக்காமல் இடம் பெற்றிருப்பதைக் காணலாம். ஆரம்ப காலத்தில் சில படங்களில் ஒரு கதைப் படத்தில் நடிக்காதவர்களுடைய நடனம் ஒன்று தனியாகப் படமாக்கப்பட்டு ஒட்டப்பட்டது. தேசமுன்னேற்றம் (1936) என்ற படத்தில் ராகினி தேவியின் நடனம் இப்படி சேர்க்கப்பட்டது. அதே போல் ராஜா தேசிங்கு (1936) படத்தில் ருக்மணி அருண்டேலின் பரத நாட்டியம் சேர்த்துக்காட்டப்பட்டது. அதுமட்டுமல்ல அத்துடன் ருக்மணியின் கணவர் அருண்டேல் பரத நாட்டியத்தின் சிறப்பு பற்றித் திரையில் ஒரு பிரசங்கமும் செய்தார். நாற்பதுகளில் லலிதா - பத்மினி சகோதரிகள், குமாரி கமலா - சாயி, சுப்புலட்சுமி - குசலகுமாரி போன்றோர் வந்த பின்னர், எல்லாப் படங்களிலும் ஒன்று அல்லது இரண்டு முழு நடனங்களும் சில படங்களில் நீண்ட நடன நாடகமும், இடம் பெற்றன. பார்த்திபன் கனவில் (1960) வரும் சிவகாமியின் சபதம் இதற்கு ஒரு எடுத்துக்காட்டு. இப்படி சம்பந்தமில்லாத நடனத்தை, அதற்கென ஒரு தருணத்தை வலிந்து உருவாக்கி

சேர்க்கும் பழக்கம் எழுபதுகள் வரை தொடர்ந்தது. பின்னர் ஐட்டம் நடனம் என்றறியப்படும் நடனம் பெண்ணுடல் காட்டும் உத்தியாகப் பயன்பட்டது. எண்பதுகளில் தமிழ்ப் படப்பாடல் காட்சிகளின் அமெரிக்க மியூசிக் விடியோவின் தாக்கத்தைப் பெரும்பாலான பாடல்களின் நடன வடிவமைப்பில் காணமுடிந்தது. அப்படிப்பட்ட பாடல் தனியானதொரு காட்சியாக கதையுடன் சேராமல், கதை நகர்விலிருந்து முற்றிலும் விலகி இருந்தது. இத்தகைய திரை நடனம் குழு நடனமாக, உருவாகிப் பின்னர் உடற்பயிற்சி செய்வது போல் ஒரு இருபது பேர் ஒரு பொது இடத்தில் ஆடும் நிகழ்வு நிலை பெற்றது. இதில் நான் சுட்டிக்காட்ட விழைவது எந்த வகை நடனமாக இருந்தாலும் அவை அனைத்தும் கதை நகர்தலுக்கோ, படத்தின் மையக்கருத்தை வலியுறுத்தவோ உதவவில்லை என்பதுதான். சினிமாவை ஒரு மேற்பூச்சான பொழுதுபோக்குத் தளத்தில் இந்த நடனங்கள் நிறுத்தின. இது சினிமாவின் சாத்தியக்கூறுகளைக் கட்டிப்போட்டது. ஆகவே சினிமா இங்கு வளர்ச்சி குன்றிய ஊடகமானது.

தில்லானா மோகனாம்பாள் போன்ற படங்களில் காட்டப்பட்ட நடனம் சினிமாவிலிருந்து விலகி இருக்கின்றது. அங்கு சினிமாவையல்ல. நாம் ஒரு முழு நடனக் கச்சேரியைத்தான் பார்க்கின்றோம். ஓர் ஒப்பீட்டின் மூலம் இதை விளக்க முயலுகின்றேன். விராட் கோலி ஒரு ஓவர் பந்து வீச்சை எதிர்கொள்வதை திரையில் பார்க்கின்றோம். அமர்க்களமாக இருக்கின்றது. அது சினிமாவா? அல்லது கிரிக்கெட்டா? அது போல நடனத்தை நாம் ரசித்து பார்த்தோம். ஆனால் அது சினிமா அழகியல் சார்ந்ததல்ல. ஆகவே அது தமிழ் சினிமாவின் வளர்ச்சிக்கு உதவவில்லை. நடனங்கள், தனியானதொரு காட்சியாக, கதை நகர்விலிருந்து முற்றிலும் விலகியதாக அமைகின்றன. அதுமட்டுமல்ல. கதை சொல்லலையும் குலைக்கின்றன.

சினிமா பாட்டு பாரம்பரியம்

நான் தமிழ் திரைப்பட பாட்டு பாரம்பரியத்தை குறை சொல்லவில்லை என்பதை இங்கு தெளிவுபடுத்த விரும்புகின்றேன். *பூமியில் மானிட ஜென்மம் அடைந்துமே*

முதல் தாய் மடி மீது நான் தலையை சாய்க்கிறேன் வரையில் மூன்று தலைமுறைகளை சொக்க வைத்த பாரம்பரியம். திரைப்பட பாடல்கள் தமிழரின் வாழ்வில் ஒரு சிறப்பான இடத்தை பெற்றுள்ளன என்பதில் சந்தேகமேயில்லை. இது மக்களிசையாக பரிணமித்து, திரைப்படமொன்றைப் பார்க்கும் அனுபவத்திலிருந்து பிரித்தெடுத்து தனித்துப் பாடல்களை கேட்க முடிவதால் அவை மக்களுக்கு நெருக்கமாகின்றன. பாடல்கல் மக்கள் வாழ்வின் ஒவ்வொரு வெளியையும் நிரப்புகின்றன வீட்டிலும், காரில் பயணிக்கும் போதும், நடைப்பயிற்சியின் போதும் பாடல்கள் நம்முடனே வருகின்றன. இங்கு சினிமா பாட்டுதான் மக்களிசை. மற்ற நாடுகளுலிருப்பது போல பாப் ம்யூசிக் இங்கில்லை. சினிமாவில் பாட்டுகள், நடனம் வரும் போது அவை திரைக்கதையுடன் ஒட்டாமல் இருப்பதையும் அதனால் சினிமாவின் உள்ளடக்கம், தாக்கம் பாதிக்கப்படுவதையும் பற்றித்தான் நான் பேசுகின்றேன். இதனால் திரைப்படத்தின் ஒருமை குலைந்து போகின்றது.

சினிமா மலர்வது எப்போது?

நல்ல சினிமாவிற்கு, தீர்க்கமான படைப்புகளுக்குப் பாட்டு தேவையில்லை. இது சினிமா இருக்கும் நாடுகளில் மட்டுமல்ல, தமிழ் சினிமாவிலும் *அந்த நாள்* (1954) முதல் *சில்லுக்கருப்பட்டி* (2019) வரை நிரூபிக்கப்பட்டிருக்கின்றது. இந்தியாவின் பத்து சிறந்த படங்கள் என்று விமர்சகர்கள் கருதுவதை எடுத்து கொள்வோமேயானால் அவற்றில் பாடல்கள் இல்லாமலிருப்பதை காணலாம். தமிழ் சினிமாவில் இரண்டு படங்கள் மட்டுமே நாட்டின் சிறந்த படம் என தேசிய விருது பெற்றிருக்கின்றன. *மறுபக்கம்* (1992), *காஞ்சிபுரம்* (2008) இவை இரண்டிலுமே பாடல்கள் இல்லை என்பதை சுட்டிக்காட்ட விரும்புகின்றேன். ஒரு நல்ல கருத்து, அல்லது சித்தாந்தத்தை முன்னிறுத்தும் படங்கள் வந்தாலும், அதில் தேவையற்ற பாடல்களும் நடனங்களும் படத்தின் தாக்கத்தை நீர்த்துப் போகச்செய்கின்றன. ஒரு பாட்டோ, நடனமோ படத்தின் ஓட்டத்திலிருந்து வேறுபட்டு தனிக்கேளிக்கையாகி விடுகின்றது. *பெரியார்* (2007) படத்தில் திணிக்கப்படிருந்த ஒரு ஐட்டம் நடனம் அத்திரைப்படத்தின் தாக்கத்தை குறைத்தது படத்தின்

சித்தாந்தத்தை நீர்த்துப்போக செய்தது. இத்தகைய பாட்டோ நடனமோ படத்தின் மையக்கருத்தை எந்த விதத்திலும் செறிவாக்குவதில்லை.

பொழுதுபோக்கு சினிமா கூடாது என்று நான் சொல்லவில்லை. அந்தத் தளத்திலேயே சினிமா நின்று விடக்கூடாது என்கின்றேன். பாட்டு, நடனம், ஆட்டபாட்டம் ஆகியன சினிமாவில் சிறந்த கலையம்சத்தை மட்டுப்படுத்துவதின் மூலம், சமூகப் பிரக்ஞையற்ற, கேளிக்கை படங்களையே தோற்றுவிக்கின்றன. இதனால் உண்மையான அரசியல் சினிமா மலர்வது கடினமாகின்றது.

அண்மையில் வெளிவந்த இரண்டு தமிழ்ப் படங்களான அருண் கார்த்திக் இயக்கிய நசீர். அடுத்தது சொர்ணவேல் ஈஸ்வரனின் கட்டுமரம் ஆகிய படங்களை பார்த்தால் நான் சொல்ல வந்த செய்தி புலப்படும்.

□ மணல்வீடு, செப்டம்பர் 2022

சினிமா ரசனையும் அரசியல் சினிமாவும்

தமிழகத்தில் சினிமா தோன்றி அரை நூற்றாண்டு ஆகியிருந்த காலகட்டத்திலும் இந்த புதிய நிகழ்கலை பற்றி எந்தவிதமான புரிதலும் இல்லாமலிருந்தது. சினிமாவைப் பணம் ஈட்டும் ஒரு தளமாக மட்டுமே பலர், அரசு உட்பட, அடையாளம் கண்டிருந்தனர். அது மட்டுமல்ல இந்த முற்றிலும் புதிய கலையை ஒரு பொழுதுபோக்குச் சாதனமாக மட்டுமே பார்த்தார்கள். அரசு அதற்கு போட்ட அந்த வரியின் பெயர் கூட கேளிக்கை வரி. பத்திரிகைகளிலும் நாளிதழ்களிலும் வந்த சினிமா சார்ந்த கட்டுரைகள், நடிகர்களைப் பற்றியோ, ஒரு படத்தின் கதையைப் பற்றியோ அல்லது பாட்டுகளைப் பற்றியோதான் பேசியது. சினிமாவின் அதன் சிறப்பியல்புகளைப் பற்றியோ அழகியலைப் பற்றியோ பேசவேயில்லை. சினிமா பற்றி எழுதுவார் யாருமில்லை. அப்படி எழுதியவர்கள் கூட அதை ஒரு படமாக்கப்பட்ட நாடகமாகத்தான் பார்த்தனர். படங்களைப் பற்றிய விமர்சனம் வளரவில்லை. A critic can inspire great art என்று சாக்ரட்டீஸ் சொன்னார். சினிமா தானே என்ற இளக்காரமான நோக்கே மேலோங்கி இருந்தது. சினிமா ஒரு பொழுதுபோக்குச் சாதனம் தான் என்பது நம் பொதுப்புத்தியில் உறைந்துபோய் விட்டது.

சினிமா பொழுதுபோக்கு கருவியாய் இருந்தால் என்ன என்று கேட்கலாம். அத்தகைய ஒரு படத்தில் சமுதாயம், அறம் சார்ந்த கருத்துக்கள் இருந்தாலும் அவை கொச்சைப்படுத்தப்பட்டு, நீர்த்துப் போகும் வாய்ப்பு உண்டு. ஏனென்றால் படத்தின் அடிப்படை நோக்கமே வேறாக இருக்கின்றதே. நுண்ணுணர்வுகளை

மழுங்கடிக்கும் நேரம்கொல்லிப் படங்களால் மக்களுக்கு எந்த நன்மையும் இல்லை. அம்மாதிரியான கேளிக்கைப் படங்களைப் பார்ப்பதால் சினிமாவை புலனளவில் மட்டுமே அணுகும் பழக்கம் மக்களுக்கு ஏற்பட்டு விடுகின்றது. அத்தகைய படங்களால் நமது ரசனை மேம்பாடடையாது. அரசியல் சினிமா மலர சாத்தியமில்லாமல் போகும்.

அரசியல் சினிமா என்று சொல்கின்றோமே... அப்படியென்றால் என்ன? பிரெஞ்சு இயக்குநர் ஒருவர் சொன்னார் "Making Political cinema is different from making cinema politically" என்று. அரசியல் சினிமாவில் உள்ளடக்கத்தில் அரசியல் சித்தாந்தம் அடங்கியிருக்கும். அதிலே பாத்திரங்களின் பேச்சு மூலம் பிரசங்கம் செய்யவே தேவையில்லை. குறிப்பாக, தமிழ் சினிமாவில் *அவன் அமரன்* (1958), *தண்ணீர் தண்ணீர்* (1981), *அக்ரகாரத்தில் கழுதை* (1977), *பரியேறும் பெருமாள்* (2021) போன்ற படங்களைக் கூறலாம். சினிமாவின் தன்மைகளை உணர்ந்து அதை படைப்பாக்கத்திற்குப் பயன்படுத்துபவர்களால்தான் அரசியல் சினிமாவை உருவாக்க முடியும். அண்மைக் காலத்தில்

அந்தநாள் படத்தில் பண்டரிபாய், சிவாஜி கணேசன்.

பரியேறும் பெருமாள் படத்தில் கதிர்.

அம்மாதிரியான திரைப்படங்கள், ஆண்டவன் கட்டளை (2016) போன்று, அவ்வப்போது தோன்றி தமிழ்த் திரையை ஒளிர்விப்பது மகிழ்ச்சியான செய்தி.

இந்திய சினிமா வரலாற்றில் சில சமயங்களில் சீரிய சினிமாவுக்கான முயற்சிகள் எடுக்கப்பட்டன. பதேர் பாஞ்சாலியின் வரவைத் தொடர்ந்து நம் நாட்டில் சினிமா சார்ந்த சில முக்கிய நிகழ்வுகள் நடந்தன. பண்பாட்டுத் தளத்தில் 'நேருவின் கனவு' (Nehruvian Dream) என்று குறிப்பிடப்படும் நடப்புகளின் ஒரு பகுதியாக சர்வதேச திரைப்பட விழாக்களை அரசு நம் நாட்டில் நடத்த தொடங்கி ஒரு ஆரோக்கியமான தாக்கத்தை ஏற்படுத்தியது. முதல் விழா 1952 இல் நடத்தப்பட்டது. அந்த நாள் (1954) படம் அந்த திரைப்பட விழாவின் தாக்கத்தின் விளைவே. செழுமையான சினிமாவிற்குத் தூண்டுகோலாக மத்திய அரசு தேசிய திரைப்பட விருதுகளை வழங்க ஆரம்பித்தது. உலக அளவில் இந்தியாவில் மட்டும் தான் அரசே விருதுகளை வழங்கி திரைப்படப் படைப்பாளிகளை ஊக்குவிக்கின்றது என்பதை நாம் மனங்கொள்ள வேண்டும்.

1960 இல் புனேயில் திரைப்படக் கல்லூரி இயங்கத் தொடங்கியது. 1964 இல் திரைப்பட ஆவணக் காப்பகம் நிறுவப்பட்டு, உலகின்

சிறந்த படங்களை நாட்டின் வெவ்வேறு நகரங்களிலுள்ள சினிமா ஆர்வலர்கள் காணும் வாய்ப்பைத் தந்தது. அது மட்டுமல்ல. பிலிம் சொசைடிகள் ஆங்காங்கே நிறுவப்பட்டன. அகில இந்திய அளவில் அந்த அமைப்பிற்கு தலைவர் சத்யஜித் ரே, துணைத் தலைவராக அன்றைய பிரதமர் இந்திரா காந்தி இருந்தார். ஒளிநாடாவிலும் குறுந்தட்டுகளிலும் படங்கள் வருவதற்கு முந்தைய ஆண்டுகளில், ஒரு படத்தை திரையிடுதலில் பல சிரமங்கள் இருந்தன. திரையரங்கு கிடைக்க வேண்டும். 16mm பிரதியாக இருந்தால் மட்டும் கல்லூரி போன்ற இடங்களில் திரையிட முடியும். இருந்த போதிலும் தமிழ்நாட்டிலும் சென்னை, மதுரை, கோவை போன்ற நகரங்களில் ஃபிலிம் சொசைட்டிகள் செயல்பட்டன. ஒரு சிறு குழுவாக சினிமா ஆர்வலர்கள் இந்த அமைப்புகளில் பங்கெடுத்தனர். பரந்த அளவில் எந்த தாக்கமும் ஏற்படவில்லை.

புனே திரைப்படக் கல்லூரியிலிருந்து பேராசிரியர் சதீஷ் பகதூரும் பி.கே. நாயரும் அடங்கிய ஒரு குழு 1977 ஆம் ஆண்டு தமிழ்நாட்டில் சென்னையிலும் மதுரையிலும் நடத்திய சினிமா ரசனை பட்டறைகள் ஒரு புதிய விழிப்பை ஏற்படுத்தின. இதைப் பற்றிய கட்டுரைகள் பல சிற்றிதழ்களில் வெளிவந்தன. இந்த பயிலரங்குகளில் க்ரியா ராமகிருஷ்ணன், நா. முத்துசாமி, வண்ணநிலவன், சுந்தர ராமசாமி போன்ற பல தமிழ் எழுத்தாளர்கள் கலந்து கொண்டது ஒரு முக்கியமான நிகழ்வு. உலகின், நம் நாட்டின், தலைசிறந்த படங்கள் அவர்களுக்குத் திரையிட்டுக் காட்டப்பட்டன. "ஓகோ... இதுதான் சினிமாவின் சாத்தியக்கூறுகளா? இப்படியும் திரைப்படம் எடுக்க முடியுமா" என்று பங்கெடுத்தவர்களில் பலர் வியந்தனர். அதே சமயம் சாமானியனுக்கு சினிமா அழகியல் புரியுமா? சாமானிய திரை ரசிகன் ஒருவரை தீர்க்கமான சினிமா தொட முடியுமா என்ற கேள்விகள் எழுப்பப்பட்டன. சினிமாவைப் பற்றி கல்லூரிகளோ அல்லது மற்ற நிகழ்வுகளிலோ நான் உரையாற்றும் போதுகூட இந்தக் கேள்வி நிச்சயமாக கேட்கப்படும்.

இந்த கேள்விக்குப் பதில் கூட சினிமாவின் இயல்பு பற்றி தான் இருக்க வேண்டும். மனித மனம் தனது புற உலகை எவ்வாறு கண்கள், செவி மூலம் புரிந்து கொள்கின்றதோ, அதே தர்க்க ரீதியில் தான் சினிமா கதை சொல்லி அதை நமக்கு புரிய வைக்க

வேண்டும் அதாவது சினிமாவின் அடிப்படை இயல்புகளின் மூலமே கதை நகர்த்தப்பட வேண்டும். அந்த முறையில் கதை சொன்னால், யாரும் புரிந்து கொள்ளலாம். அதன் தாக்கம் கல்வியறிவில்லாதவர்களைக்கூட சென்றடையும். இந்த வாதத்தை நடைமுறையில் ஒரு நிறுவனம் காட்டியது. கர்நாடகாவில் ஷிமொகாவிற்கு அருகே உள்ள ஹெக்கோடு என்ற கிராமத்தில் 1949 இல் நாடக ஆர்வலர் கே.வி. சுப்பண்ணா ஒரு தியேட்டர் சார்ந்த நிறுவனத்தை நிசனம் என்ற பெயரில் உருவாக்கினார். அங்கு 1970களில் உலகப் பிரசித்தி பெற்ற, *பைசைக்கிள் தீவ்ஸ்* (1948) போன்ற படங்கள் கிராமத்து மக்களுக்கு திரையிடப்பட்டு காட்டப்பட்டன. பின்னர் படம் பார்த்தவர்களிடம் பேசிய போது படத்தின் சாரத்தை அவர்கள் புரிந்து கொண்டிருந்தார்கள் என்பது தெரிய வந்தது. தமிழ்நாட்டில் இன்று இயங்கிக் கொண்டிருக்கும் கூகை திரைப்பட இயக்கமும் அதைத்தான் நிரூபித்துக் கொண்டிருக்கின்றது.

சினிமா ரசனை வளராததால், தீர்க்கமான படங்கள் வராததால், நடிகர்களைப் போற்றும் வழக்கம் நம் சமூகத்தில் பரவியது. படத்தயாரிப்பாளர்களும் நட்சத்திர நடிகர்களைத் தங்கள் படங்களில் ஒரு காப்பீடு போல பயன்படுத்தினார்கள். சினிமா ஸ்பெஷல் என்று வெளியிடப்படும் பத்திரிகைகளும் நடிகர்களைப் பற்றியே இருந்தன. இருண்ட திரையரங்கில் அமர்ந்து, திரையில் சாகசங்கள் செய்யும் கதாநாயகனைத் தெய்வமாகப் போற்றினர் ரசிகர்கள். க்ளோஸ்-அப் எனும் வெகு அண்மைக்காட்சி, ரசிகனுக்கும் நாயகனுக்கும் இருந்த ஒரு வழி உறவை நெருக்கமாக்கியது. ரசிகர்கள் பெருகினர். அவர்களுடன் ரசிகர் மன்றங்களும் பரவின. அறுபதுகளில் அவை பரந்த அளவில் கட்டமைப்புடன் அரசியல் கட்சிகளின் நிழல் போல செயல்படத் தொடங்கின. அரசியல் - சினிமா ஊடாட்டத்தைத் தீர்க்கமாக்கின. அரசியலில் குதிப்பதற்கு பல ரசிகர் மன்றப் பொறுப்பாளர்களுக்கு இந்த மேடை வாய்ப்பாக வந்தது. திரை நட்சத்திரங்கள் கிராமதேவதை போல உருவாகியுள்ளனர். சடங்குகளும் இதை நினைவுபடுத்துகின்றன. ரஜனிகாந்தின் ஆளுயர கட்-அவுட் ஒன்றிற்கு அவரது விசிறிகள் பீர் அபிஷேகம் செய்தது செய்தியாக வந்தது. இந்தப் பின்புலத்திலும் இது போன்று சாரக்கட்டுகள் இல்லாமல் நடிகர்களாக பிரகாசிக்க முடியும் என்று நிரூபிப்பது போல ஜெமினி கணேசன், சத்யராஜ், சிவகுமார்

போன்ற நடிகர்கள் ரசிகர் மன்றங்களைத் தவிர்த்திருக்கின்றனர். இன்றும் பரத், ஆர்யா, விஜய்சேதுபதி போன்ற இளம் நடிகர்கள் மன்றங்களில்லாமல் இயங்குகின்றனர். ஆனால் அரசியல் கனவு கொண்டிருந்த நடிகர்கள் ரசிகர் மன்றங்களைச் சார்ந்து இருந்தனர். என்றாலும் ரசிகர் மன்றங்களால் மட்டுமே அரசியலில் வெற்றி பெற முடியாது என்பதை சிவாஜி கணேசனின் அரசியல் பயணம் சுட்டிக்காட்டியது.

அரசியல் சினிமா என்பது தலித் தளத்தைப் பற்றியதாக மட்டும் இல்லாமல் நம் அரசியல், சமுதாய வாழ்வின் மற்ற பரிமாணங்களைச் சார்ந்தும் வர வேண்டும். இன்றைய இந்தியாவிற்கு அத்தகைய சினிமா தேவை. தணிக்கையின் கண்களுக்குத் தப்ப இயக்குநர்கள் எடுக்கும் முயற்சிகள், பயன்படுத்தும் உத்திகள் சினிமாவைக் கூர்மையடைய செய்யும். சில பத்தாண்டுகளுக்கும் முன் கிழக்கு ஐரோப்பிய நாடுகளின் திரையில் இத்தகைய வளர்ச்சியை நாம் பார்த்திருக்கின்றோம் இல்லையா?

□ படச்சுருள் 2021

'கணேசா... காப்பாத்து'
தமிழ் திரைப்படங்களில் யானைகள்

கடந்த சில பத்தாண்டுகளுக்கு முன்வரை தமிழ் திரைப் படங்களில், புராணக் கதையோ, சமகாலக் கதையோ எதுவாயிருந்தாலும் மாட்டிற்கு அடுத்தபடியாக யானை தான், அதிகம் தோன்றிய விலங்காக இருந்தது. இப்போது யானையின் தோற்றம் வெகுவாக குறைந்துள்ளது. இதற்கு மூன்று காரணங்கள் உண்டு. முதலாவது புராணக் கதைகளைப் படமாக்கும் பழக்கம் மெல்ல மெல்ல மறைந்தது. இரண்டாவது காட்டுயிர் பாதுகாப்புச் சட்டம் 1972 நடைமுறைக்கு வந்தது. மூன்றாவது பிராணி நல இயக்கம் நம் நாட்டில் பரவியது. (இதை காட்டுயிர் பேணலுடன் குழப்பிக்கொள்ளக்கூடாது.)

பிராணி நல இயக்க கருத்துகள் நம் நகரங்களில் பரவ தொடங்கிய பின், இந்த விழிப்பு ஒரு படத்தின் உருவாக்கத்தில் பயன்படுத்தப்படும் உயிரினங்களுக்கு எவ்வித தீங்கும் வராமல் இருக்க வேண்டும் என்று ஆர்வலர்களால் முன் வைக்கப்பட்ட கோரிக்கையாக உருவெடுத்தது. அரசு இதை ஏற்றுக்கொண்டு, தணிக்கை விதிகளில் மாற்றம் செய்தது. இது உலகெங்கும் பரவிவந்த விலங்கு உரிமை இயக்கத்தின் விளைவு. இந்த படத்தில் எந்த விலங்கும் துன்புறுத்தப்படவில்லை என்ற அறிவிப்பு இப்போது எல்லாப் படங்களின் ஆரம்பத்திலும் காட்டப்படுவதைக் கவனித்திருப்பீர்கள். சில இயக்குநர்கள் இந்த அக்கறையைக் கேலி செய்தனர். பம்மல் கே. சம்பந்தம் (2002) படத்தில், படப்பிடிப்புத் தளத்தில் கதாநாயகன் (கமலஹாசன்) சிவன் வேடத்தில் பார்வதியுடன் ஒரு மாட்டின் மீது அமர்ந்திருப்பார். அப்போது விலங்குரிமை

ஆர்வலர்களான ஒரு பெண்கள் கூட்டம், கையில் பதாகைகளை ஏந்திக்கொண்டு, கதாநாயகியின் (சிம்ரன்) தலைமையில் "ஊமை விலங்குகளை சித்ரவதைச் செய்யாதே" என்று கத்திக் கொண்டு ஸ்டுடியோவிற்குள் நுழைந்து ஆர்ப்பாட்டம் செய்வார்கள். இந்தக் கலாட்டாவில் அங்கு வந்த ஒரு காவல்துறை அதிகாரி, சிவனிடம் அவருடைய கழுத்திலிருக்கும் பாம்பிற்கு வாயைத் தைத்திருக்கின்றார்களா? என்று கேட்பார். சினிமாவில் தோன்றிய பாம்புகளுக்கு இப்படி செய்வது வழக்கம்.

இந்தக் கட்டுரையில் நம் கரிசனம் யானையைப் பற்றி. எண்ணிக்கையில் அதிகமாயிருந்த யானைகள், பிரிட்டீஷாரும் துப்பாக்கியும் வந்த பிறகு சாகச வேட்டைக்குப் பலியாயின. தந்தத்திற்காகவும் பல யானைகள் கொல்லப்பட்டன. இந்தியாவின் பரந்திருந்த வெப்பக்காடுகள் அழிக்கப்பட்டு யானைகளின் வாழிடம் வெகுவாகச் சுருங்கியது. 1871 இல் யானைகளச் சுடுவது தடை செய்யப்பட்டாலும், அவைகள் தொடர்ந்து வேட்டைக்குப் பலியாயின. ஐம்பதுகளில் ஆம்பூரில் ஒரு ஜெர்மன் மருத்துவரின் வீட்டிற்குச் சென்றிருந்தேன். நுழையும் இடத்தில் கதவருகே, தரையில் குடைகளையும் வாக்கிங் ஸ்டிக்குகளையும் போடுவதற்காகப் பதப்படுத்தப்பட்ட யானையின் கால் ஒன்றை வைத்திருந்தார்கள். பாலாறு நதியின் மத்தியில் நின்றுகொண்டிருந்த அந்த யானையை தான் சுட்டதாக பெருமையுடன் அந்த மருத்துவர் சொன்னார். இன்று நம் நாட்டில் 27,000 யானைகள் தான் உள்ளன. 1982 இல் யானைகளைப் பிடிப்பதுவும் தடை செய்யப்பட்டுவிட்டது. அவைகளை வெட்டுமரத் தொழிலிலும் பயன்படுத்தப்படக்கூடாது.

தமிழ்நாட்டில் யானைகள் மக்களுடன் நெருக்கமாக இருந்திருக்கின்றன என்பதைப் பல இலக்கிய குறிப்புகள் காட்டுகின்றன. இ.எஸ். வரதராஜ அய்யர் எழுதிய *The Elephant in Tamil land* (1945) என்ற நூல் பல இலக்கியச் சான்றுகளைக் குறிப்பிடுகின்றது. டி. ட்ரவுட்மன் எழுதிய *யானைகளும் அரசர்களும்: சுற்றுச்சூழல் வரலாறு* (தமிழ் 2022) என்ற நூல் போர் யானைகளின் பயன்பாடு பற்றி பேசுகின்றது. யானைகளைப் போரில் ஈடுபடுத்துவது தென்னிந்தியாவில் தான் ஆரம்பித்தது என்கின்றது இந்த நூல். கலிங்கத்துப்பரணியில் போர் யானைகளைப் பற்றிய பல குறிப்புகள் உள்ளன.

பழந்தமிழ் இலக்கியத்தில் யானையைக் குறிக்க முப்பது பெயர்களுக்கு மேல் உள்ளன. இவை வெறும் தனித்தனி சொற்கள் அல்ல. ஒவ்வொரு பெயரும் ஒரு வகையான யானையைக் குறிக்கின்றன. அண்ணல் என்றால் ஆண் யானை, பிடி என்றால் பெண் யானை, களிறு என்றால் போர் யானை, கரி என்றால் சடங்குகளில் பங்கெடுக்கும் யானை. பழமொழிகளிலும் சொலவடைகளிலும் இந்த விலங்கு இடம் பெறுவது யானை மக்களுக்கு எவ்வளவு நெருக்கமாயிருந்தது என்பதைக் காட்டுகின்றது. கணேசர் வழிபாடும் இதற்கு ஒரு முக்கிய காரணம்.

இந்து, சமண, புத்த தொன்மங்களில் யானைக்கு ஒரு சிறப்பு இடம் உண்டு, ஐராவதம் யானை புத்த தொன்மத்தில் இந்திரனின் வாகனமாக வருகின்றது. சித்தார்த்தனின் தாய் மாயாவின் கருவில் நுழைந்தது ஒரு வெள்ளை யானை. தமிழ்நாட்டில் பல ஊர்ப்பெயர்கள் யானையுடனான தொடர்பைக் காட்டுகின்றன. ஆனைமலை, ஆனைக்காரன் சத்திரம், திருவானைக்காவல், கரிவலம்வந்த நல்லூர் என.

ஆரம்ப காலத் தமிழ்த் திரைப்படங்கள் பெருவாரியாக தொன்மங்களைச் சார்ந்து இருந்தன. இந்த புராணக் கதைகள் ஏற்கனவே மக்களுக்குத் தெரிந்த கதைகள். அவர்களுக்கு நெருக்கமான கதைகள். இவைகளை நம் தயாரிப்பாளர்கள் படமாக உருவாக்கி வெளியிட்ட போது, இறக்குமதி செய்யப்பட்ட மேலை நாட்டு படங்களை விட இந்தப் படங்கள் மக்களின் வரவேற்பைப் பெற்றன. முதல் தமிழ்ப் படமான கீசகவதம் ஒரு மகாபாரதக் கதை. அது ஒரு மௌனப்படம் தான் ஆனால் தமிழ்ப் படம். எல்லா பாத்திரங்களும் தமிழில் தான் பேசினார்கள். ஆனால் ஒலித்தடம் இல்லாததால் அவர்கள் பேசியது காட்சிகளுக்கு இடையில் விவரண அட்டையில் (title cards) எழுத்து ரூபமாக காட்டப்பட்டது. 1931 இல் திரையில் ஒலி வந்த பிறகும் புராணக் கதைகளே படமாக்கப்பட்டன. ஆனால் இவைகளில் வெகு சில படங்களே இப்போது பார்க்க கிடைக்கின்றன. இவைகளில் பல படங்களில் யானை தோன்றியது. அமெரிக்க இயக்குநர் எல்லிஸ் ஆர். டங்கன் உருவாக்கிய அம்பிகாபதி (1937) யில் சோழ அரசன் கரிகாலன், பல நாடுகளை வென்று, தன் தலைநகருக்கு வருவது ஒரு

முக்கியமான காட்சி. டங்கன் படங்களில் இவ்வாறான ஊர்வலங்கள் சித்தரிக்கப்படுவதைக் காணலாம். ஆகவே இந்தக் காட்சியில் அவர் மிகுந்த கவனம் செலுத்தியிருக்கின்றார். அலங்கரிக்கப்பட்ட யானைகள் வரிசையாக, ஒன்றன் பின் ஒன்றாகச் சட்டகத்தின் ஊடே வந்து வெளியேறுகின்றன.

தமிழகத்தில் நன்கு அறியப்பட்டு, நாடகங்களிலும் தெருக் கூத்துகளிலும் நிகழ்த்தப்படுவது முருகனின் இரு மனைவிகளில் ஒருவரான ஸ்ரீ வள்ளி கதை. வள்ளியிடம் மனதை பறிகொடுத்து விட்ட முருகன், அவரது நல்லெண்ணத்தை பெற தனது அண்ணன் கணேசரின் உதவியை நாடுகின்றார். கணேசர் ஒரு யானை உருவெடுத்து, நெற்றியில் திருநீறு, பெரிய பொட்டுடன், தினைப்புனத்தில் பறவைகளை விரட்டிக் கொண்டிருக்கும் வள்ளியை நெருங்குகின்றார். பயந்து அஞ்சிய வள்ளி, அப்போது பார்த்து அங்கு வந்து சேரும் முருகனின் கரங்களில் வீழ்கின்றார். கதை சுபமாக முடிகின்றது. இந்தக் கதையை வைத்து மட்டும் ஐந்து படங்கள் தயாரிக்கப்பட்டன, மௌனப்படமாக இரண்டு, ஒலி வந்த பின் மூன்று. அதில் கடைசியாக வந்த *ஸ்ரீ வள்ளி* (1961) படத்தில் சிவாஜி கணேசன் நடித்தார்.

திரைப்படங்கள் மக்களுக்குப் பொழுதுபோக்கு சாதனங்களாகத்தான் உருவாக்கப்பட வேண்டும் என்று நம்பியவர் ஜெமினி ஸ்டுடியோ அதிபர் எஸ்.எஸ். வாசன். அவருக்குப் பந்தயக் குதிரைகள் மேல் மிகுந்த ஈடுபாடு இருந்தது போலவே, யானைகள் பேரிலும் ஆர்வம் இருந்ததால் அவைகளைத் தன் இரு படங்களில் சிறப்பாகப் பயன்படுத்தினார். 1948 இல் யாராவது சென்னை நகரின் மத்தியிலுள்ள ஜெமினி ஸ்டுடியோவிற்குச் சென்றிருந்தால் அது ஒரு யானை முகாம் என்று நினைத்திருப்பார்கள். டசன் கணக்கில் யானைகள் வைத்துப் பராமரிக்கப்பட்டன. இரண்டு பிரபல சர்க்கஸ் கம்பெனிகள் — கமலா சர்க்கஸ், பரசுராம் லயன் சர்க்கஸ் — ஜெமினி ஸ்டுடியோ வளாகத்தில் படப்பிடிப்பிற்காகத் தங்கியிருந்தனர். அப்பொழுது வாசன் தயாரித்துக்கொண்டிருந்த பிரம்மாண்டமான படைப்பான *சந்திரலேகா* (1948)வில் அவர்கள் பங்களித்து கொண்டிருந்தார்கள். சந்திரலேகா என்ற ஒரு ஏழை கிராமப் பெண்ணை இளவரசன் வீரசேனன் தற்செயலாக கண்டு காதல் வயப்படுகின்றான். இளவரசனின் தம்பி சசாங்கன், நாட்டை தன் வசம் கொண்டுவர விரும்பி, இளவரசனைச்

ஸ்ரீ வள்ளி (1945) குமாரி ருக்மிணி

சிறைப்பிடித்து ஒரு குகையில் அடைத்து அதன் வாயிலை ஒரு பெரிய பாறையால் மூடி அடைத்து விடுகின்றான். சந்திரலேகா, இதையறிந்து, ஒரு சர்க்கஸ் கம்பெனியின் உதவியுடன் இளவரசன் வீரசேனனைக் காப்பாற்றுகின்றார். சர்க்கஸ் கம்பெனியின் யானைகளும், மற்ற விலங்குகளும் ஒற்றை வரிசையில் மலை ஓரம் போய்க்கொண்டிருக்கும் போது, பபூன்களும் மற்றவர்களும் பாடிக்கொண்டாடும் அக்காட்சி இந்திய திரை வரலாற்றில் இடம் பெற்ற ஒன்று. சந்திரலேகா, சர்க்கஸ் கம்பெனி ஆட்களுடன் பேசி, அந்த யானைகளின் உதவி கொண்டு, குகையை மூடியிருக்கும் பாறையை உருட்டி, இளவரசனைக் காப்பாற்றுகின்றார்.

அவர் தயாரித்த இன்னொரு படமான ஔவையார் (1953) படத்தில் ஒரு போர்க்களக் காட்சியில் பல யானைகள் தோன்றின. தமிழ் மக்களின் கலாச்சாரத்தில் இடம் பிடித்திருக்கும் கவிதாயினி ஔவையார் பற்றிய இந்தப்படம் 1950களில் இருந்த தமிழ் மறுமலர்ச்சி உணர்வுகளையும், பக்தியையும் சேர்த்து வெளிப்படுத்தியது. ஔவையார் கணேசரை வழிபடுபவர். ஒரு சிறிய நாட்டைக் காப்பாற்ற வேண்டி அவர் கணேசரிடம் முறையிடுகின்றார். மூலவரான கணேசர் யானை உருவெடுத்து கோவிலுக்கு வெளியே வந்து ஒரு பெரிய யானைத்திரளைக்

கூட்டி வந்து எதிரியின் கோட்டையை இடிக்க செய்கின்றார். இதற்காக ஒரு யானைக் கூட்டத்தைத் தேடிக்கொண்டிருந்த வாசன், கேரளாவில் வயநாடருகே மனந்தவாடி என்ற இடத்தில் உள்ள ஒரு யானை முகாமில் அதைக்கண்டார். யானைகள் திரளாக வந்து கோட்டையைத் தாக்குவது ஒரு பிரம்மாண்டமான காட்சியாக அமைந்தது.

யானைகள் கூட்டமாகத் தோன்றிய இன்னொரு படம் *தங்கமலை ரகசியம்* (1957) டார்சானை மனதில் வைத்து எடுத்திருக்கின்றார்கள். காட்டில் வளரும் இளைஞர் கஜேந்திரன் (சிவாஜி) ஒரு அரசகுமாரியின் கண்பட்டு, நாகரிக உலகத்திற்குள் வருவதுதான் கதை. பொள்ளாச்சிக்கருகில் உள்ள ஆனைமலைக் காடுகளில் இது படமாக்கப்பட்டது. கதாநாயகர் காட்டானைத் திரளுடன் காட்டுக்குள் வலம் வருகின்றார். ஒவ்வொரு யானைக்கும் ஒரு பெயர் உள்ளது. கஜேந்திரன் இந்த யானைகளுடன் தமிழில் பேசுகின்றான். ஒரு யானையை முதலையின் வாயில் இருந்து காப்பாற்றுவது போல் ஒரு காட்சி உண்டு. பாகவத புராணத்தில் வரும் கஜேந்திர மோட்சம் கதையை இந்தக் காட்சி நினைவுபடுத்துகின்றது.

தயாரிப்பாளர் சாண்டோ சின்னப்ப தேவர், விலங்குகளை வைத்து பல படங்களை உருவாக்கினார். சிங்கம், புலிகளைக்கூட படத்தில் தோன்ற வைத்தார். ஆனால் விலங்குகளின் நலனைப் பற்றி அவர் சிறிதும் அக்கறை காட்டவில்லை. அவர் தயாரித்த *செங்கோட்டை சிங்கம்* (1958) படத்தில் *நடடா... ராஜா நடடா... இந்த நாட்டினில் உள்ள மனிதர்கள் யாவரும் பார்த்தே திருந்திடவே...* என்ற பாட்டு யானையின் நற்குணங்களை பட்டியலிட்டுப் புகழ்கின்றது. யானையை மையமாக வைத்து எடுக்கப்பட்ட மூன்று படங்கள் என் நினைவிற்கு வருகின்றன. அவருடைய *யானைப்பாகன்* (1960) ஒரு யானையைக் கவனித்துக் கொள்ளும் கதாநாயகனைப் பற்றியது. சில ஆண்டுகள் கழித்து அதே போன்ற ஒரு கதையை, எம்.ஜி.ஆரைக் கதாநாயகனாகக் கொண்டு *நல்ல நேரம்* (1972) என்ற ஒரு திரைப்படம் எடுத்தார். ராஜன் என்ற குழந்தையைச் சிறுத்தையிடமிருந்து யானை ஒன்று காப்பாற்றுகின்றது. ராஜனும் ராமு எனும் யானையும் நெருக்கமான பிணைப்புடன் ஒன்றாக வளர்கின்றார்கள், இந்த யானை செய்யும் வித்தைகளைக் காட்டியே ராஜன் வாழ்க்கை

நல்லநேரம் படத்தில் எம்.ஜி.ஆர்.

நடத்துகின்றார். பாட்டுகளும், சண்டைக் காட்சிகளும் காதல் காட்சிகளும் நிறைந்த இப்படத்தில் நான்கு சர்க்கஸ் யானைகள் மூன்று சக்கர வண்டி ஓட்டுதல், முக்காலியின் மீது உட்காருவது போன்ற வித்தைகளைச் செய்து காட்டுகின்றன.

சந்திரலேகா தொடங்கி பல படங்களில் சர்க்கஸ் யானைகள் தோன்றியிருக்கின்றன. அவை செய்யும் வித்தைகள் படத்தின் முக்கிய அம்சமாயிருந்தது. யானைகளைப் பற்றி *Elephant Maximus: A Portrait of the Indian Elephant* என்ற நூல் எழுதிய ஸ்டீஃபன் ஆல்டர் "நான் சர்க்கஸ் யானைகளைப் பற்றி பேசவே தயங்குகின்றேன். அவைகளைப் பழக்குவதில் உள்ள கொடுமை சகிக்க முடியாதது" என்கின்றார். சர்க்கஸில் யானைகளை வித்தைகள் செய்து காட்சிப்படுத்துவது 2017 முதல் மத்திய அரசால் தடை செய்யப்பட்டுவிட்டது.

காட்டில் வளரும் ஒரு பெண்ணை யானை ஒன்று கவனித்து வளர்ப்பதுதான் *யானை வளர்த்த வானம்பாடி* (1967) என்ற படத்தின் கதை. படம் மக்களிடையே வரவேற்பு பெற்றதும் அதைப் பின்பற்றி *யானை வளர்த்த வானம்பாடியின் மகன்* (1972) என்ற படம் ஜெமினி கணேசனைக் கதாநாயகனாக் கொண்டு வெளிவந்தது.

□ 2022 இல் டில்லியில் நடந்த
யானை பற்றிய கருத்தரங்கில் வாசித்த கட்டுரை.

திரைத் தணிக்கை

தமிழ்த்திரையும் தணிக்கையும்

திரைப்படத் தணிக்கை 1918 இல் பிரிட்டீஷ் அரசால் நம்நாட்டில் அறிமுகப்படுத்தப்பட்ட போதே அதன் நோக்கம் இந்தப் புதிய காட்சி ஊடகத்தைக் கட்டுப்பாட்டில் வைத்திருப்பதுதான். இது ஒரு எதிர்மறை அணுகுமுறை. தணிக்கை இயந்திரம் போலீசார் கையில் தான் இருந்தது என்பதை நாம் மனதில் கொள்ள வேண்டும். இந்திய சினிமா பெரும்பாலும் ஜனரஞ்சக பொழுதுபோக்குச் சாதனமாக உருவானதற்கு அது முளைவிடும் பருவத்திலேயே திணிக்கப்பட்ட தணிக்கையும் ஒரு காரணமாகும். இப்போது அதேநிலை மறுபடியும் தலை தூக்குகின்றது.

முதல் சலனப்படம் சென்னையில் 1897 இல் திரையிடப்பட்டு பத்து, பதினைந்து ஆண்டுகளில் ஒரு புதிய பொழுதுபோக்குச் சாதனமாக ஏற்றுக்கொள்ளப்பட்டு, வணிக ரீதியில் வேரூன்ற ஆரம்பித்தது. சீக்கிரமே நிரந்தர சினிமா கொட்டகைகள் பல எழுந்தன. திரையிடப்பட்ட பெருவாரியான படங்கள் அமெரிக்காவில் இருந்து இறக்குமதி செய்யப்பட்டவைகளே. இவைகளில் சித்தரிக்கப்பட்ட வெள்ளைக்காரர்களைப் பார்த்து இதுதான் பிரிட்டீஷ்காரர்களின் சமூக வாழ்க்கை என்று நம்மூர் சாமானிய மக்கள் கருதுவார்கள் என்று காலனிய அரசு கவலைப்பட்டது. இந்த அம்சத்தைக் கண்காணிக்கவே தணிக்கை சட்டம் 1918 இல் கொண்டு வரப்பட்டது. (Indian Cinematograph Act of 1918). பிரிட்டீஷாரின் பெயருக்குக் களங்கம் ஏற்பட்டுவிடக்கூடாதே என்ற கவலையின் அடிப்படையில்தான் சினிமா தணிக்கை இங்கு பிறந்தது. இத்துடன் சிறிது சிறிதாக மற்ற கூறுகளும் சேர்த்துக்கொள்ளப்பட்டன.

1921 இல் சினிமாத்துறையின் நிலைமையை அறிய லண்டனிலிருந்து அனுப்பப்பட்ட ஊடக விற்பன்னர் டபிள்யூ. இவான்ஸ் சென்னைக்கும் வந்தார். 1919 இல் நடந்த ஜாலியன்வாலா பாக் படுகொலைக்குப் பின் எழுந்த அரசியல் கொந்தளிப்பு நாட்டை உலுக்கியிருந்தது. வெகுமக்கள் நாடகமேடையில் இது பிரதிபலிக்கத் தொடங்கியது. திரையும் அரசியலுக்குப் பயன்படுத்தப்படலாம் என்று இவான்ஸ் கண்டு கொண்டு அபாயச்சங்கு போன்ற ஓர் அறிக்கை கொடுத்தார். இதைத் தொடர்ந்து எல்லா ராஜதானி அரசுகளுக்கும் சுற்றறிக்கை அனுப்பப்பட்டது. எழுத்தறிவு குறைந்த சமுதாயத்தில் ஒரு சக்தி வாய்ந்த காண்பியல் ஊடகமாகச் சலனப்படம் விளங்க முடியும் என்பதைக் காலனிய அரசு உணர்ந்தது. தணிக்கை அதிகாரிகள் அரசியல் கண்ணாடி அணிய ஆரம்பித்தனர். இன்ஸ்பெக்டர்கள் திரையரங்கிற்குச் சென்று படத்தைப் பார்த்து ஆட்சேபகரமாக ஏதாவது இருந்தால் மேலதிகாரிக்கு தெரிவிப்பார். அக்காலத்தில் தணிக்கை இவ்வாறு தான் செயல்படுத்தப்பட்டது.

பம்பாயில் தயாரான எல்லாப் படங்களும் இங்கும் திரையிடப்பட்டன. கோகினூர் பிலிம்ஸின் *பக்த விதுரா* (1921) படத்தில் விதுரர், காந்தி தொப்பியணிந்து, சிறையில் ராட்டை இயக்குவது போல் ஒரு சித்தரிப்பு. இதையறிந்த மதுரை கலெக்டராக இருந்த ஓர் ஆங்கிலேயர், படத்தைத் தடை செய்தார். புராணப் படங்கள் மூலம் தேசியக் கருத்துகளைப் பரப்புவது பிரிட்டீஷ் அரசுக்கு தீமை விளைவிக்கும் என்று அந்த ஆணையில் குறிப்பிட்டார். நான் அறிந்தவரை இதுதான் முதன்முதலாக தடைசெய்யப்பட்ட இந்திய திரைப்படம். ஒரு ராஜதானியில் தடைசெய்யப்பட்ட படம், நாட்டின் மற்ற இடங்களிலும் தடைசெய்யப்பட்டது.

அக்காலத்தில் காட்டப்பட்ட படங்களில் பெருவாரியானவை வெளிநாட்டுப் படங்கள் தான். அவை இறக்குமதி செய்யப்பட்ட முக்கிய துறைமுகங்களான பம்பாய், மதராஸ், கல்கத்தா நகரங்களில் தணிக்கை செய்யப்பட்டது. கடல் கடந்து வரும் கருத்துக்கள் தங்கள் அரசை ஆட வைத்துவிடுமோ என்ற கவலை கொண்ட காலனிய அரசு, துருவித்துருவி பார்த்த பிறகே அவற்றை திரையிட அனுமதித்தனர். பிரபல அமெரிக்க இயக்குநர் டி.டபிள்யூ. கிரிஃபித் (D.W. Griffith) தின் புயலின்

அநாதைகள் (*Orphans of the Storm* 1921) படத்தில் மக்களாட்சி பற்றிய கருத்தாக்கம் இருந்ததால் அது தடைசெய்யப்பட்டது. அது போலவே 1925 இல் வெளியான, ரஷிய சினிமாவின் பிதாமகர் என்றறியப்படும் ஐசன்ஸ்டீன் இயக்கிய போடம்கின் எனும் போர்க்கப்பல் (*Battleship Potekmkin*) ரஷியப் புரட்சியை ஆதரிக்கும் படம் என்று பம்பாய் போலீஸ் கமிஷ்னர் அனுமதி மறுக்க பின் இது நாடு முழுவதும் தடைசெய்யப்பட்டது.

தமிழ்நாட்டில் பேசாப்படக் காலத்தில் தயாரிக்கப்பட்ட படங்கள் பெரும்பாலானவை புராணப் படங்களாகவும், மாயஜாலப் படங்களாகவுமே இருந்ததால் தணிக்கைப் பிரச்சினை ஏதும் எழவில்லை. ஆனால் பேசும்படம் தோன்றியபின் நிலைமை மாறியது. அத்துடன் 1931 இல் ஆரம்பித்த சட்ட மறுப்பு இயக்கம் தமிழகமெங்கும் அரசியல் விழிப்பை உருவாக்கியிருந்தது. ஊடகங்களைக் கட்டுப்படுத்த போலீஸ், ரெவின்யூ அதிகாரிகளுக்கு கூடுதல் அதிகாரம் அளிக்கப்பட்டது. தேசிய உணர்வைத் தூண்டுவது, குறுநில மன்னர்களை இழிவு படுத்துவது (அவர்கள் பிரிட்டீஷாரின் ஆதரவாளர்களாயிற்றே), முதலாளி - தொழிலாளர் உறவு, இடதுசாரி சித்தாந்தம், மத உணர்வைத் தொடுவது, இந்தி - முஸ்லிம் உறவு போன்ற காட்சிகளைக் களைவதில் தணிக்கை அதிகாரிகள் கவனம் செலுத்தினர்.

1936 இல் காங்கிரஸ் பெண் என்ற படத்தை மதராஸ் நேஷனல் தியேட்டர் தயாரிக்க முற்பட்டது. ராட்டையில் நூல் நூற்று தன் குடும்பத்தை காப்பாற்றும் பெண் பற்றிய கதை. அரசு அதிகாரிகள் இந்தக் கதையை திரையிட அனுமதிக்க மாட்டோம் என்று கூற, படம் தயாரிக்கும் முயற்சி கைவிடப்பட்டது. 1937 இல் முழுமையாகத் தயாரிக்கபட்ட மிஸ். சுகுணா படம் வெளியிட அரசியல் காரணங்களால் அனுமதி மறுக்கப்பட்டது.

1937 இல் நாடெங்கும் தேர்தல் நடந்து, காங்கிரஸ் வெற்றி பெற்று மதராஸ் ராஜதானியில் ராஜாஜி தலைமையில் ஆட்சி அமைக்கப்பட்டது. இரண்டு ஆண்டு காங்கிரஸ் ஆட்சியில் எல்லா வகையான தணிக்கையும் நீக்கப்பட்டன. படைப்பாளிகளுக்கு மூச்சுவிட சந்தர்ப்பம் கிடைத்தது போலிருந்தது. இந்த இரண்டு ஆண்டுகளில் தான் கட்டுப்பாடற்ற

நேரிடைப் பிரசாரத்துடன், சுதந்திரப் போராட்டத்தை ஆதரிக்கும் தேசமுன்னேற்றம், மாத்ருபூமி, விமோசனம், ஆனந்தாஸ்ரமம் போன்ற பல படங்கள் சென்னையில் தயாரிக்கப்பட்டன. அதில் முக்கியமானது தியாகபூமி. இவைகளில் எந்தப் படமுமே தடைசெய்யப்படவில்லை. அப்போது காங்கிரஸ் கட்சி பதிவியிலிருந்தது என்பதையும் நினைவில் கொள்ள வேண்டும். ஆனால் 1944 இல், இரண்டாம் உலகப்போரின் பின்னணியில் தணிக்கை முறை இறுகிய போது, இரண்டாவது முறையாகத் திரையிடப்பட்ட தியாகபூமி உட்பட சில படங்கள் தடைசெய்யப்பட்டன.

உலகப்போர் நிகழ்ந்த ஆண்டுகளில், இறக்குமதி பிரச்சினையால் கச்சா பிலிம் தட்டுப்பாடு ஏற்பட்டது. போரில் பிரிட்டீஷாரின் நிலைப்பாட்டை ஆதரித்து படம் எடுத்தால் கச்சா பிலிம் தரப்படும் என்றது அரசு. *பர்மா ராணி* படத்தை மாடர்ன் தியேட்டர்ஸ் 1944 இல் வெளியிட்டது. அதே ஆண்டு *தியாகபூமியை* எடுத்த கே. சுப்ரமணியம், போரை ஆதரித்து *மானசம்ரக்ஷணம்* இயக்கினார். எஸ்.எஸ். வாசனும் தன் பங்கிற்குக் *கண்ணம்மா என் காதலி* (1945) என்ற யுத்த ஆதரிப்புப் படத்தை எடுத்தார். போர் முடிந்தபின், இந்திய சுதந்திரம் அடிவானில் தெரிய ஆரம்பித்தபின் தணிக்கை முற்றுமாகத் தளர்ந்தது.

சுதந்திர இந்தியாவில் 1951 இல் புதிய தணிக்கை வாரியம், மத்திய அரசின் ஓர் அங்கமாக, செயல்பட ஆரம்பித்தது. மணிக்கொடி எழுத்தாளர் 'ஸ்டாலின்' ஸ்ரீனிவாசன் தலைவராக நியமிக்கப்பட்டார். படங்களை பார்க்க ஒரு குழு அமைக்கப்பட்டது. இந்தச் சமயத்தில் தான் திராவிட முன்னேற்ற கழகத்தினர் வசன கர்த்தாக்களாக திரைப்பிரவேசம் செய்திருந்தனர். 1949 இல் நல்லதம்பி, வேலைக்காரி ஆகிய படங்களுக்கு அண்ணாதுரை வசனம் எழுதினார். ஆனால் கருணாநிதி வசனம் எழுதிய *பராசக்தி* (1952) பலத்த எதிர்ப்பைக் கிளப்பியது. பகுத்தறிவு வாதம், நாத்திக வாதம் போன்ற கருத்துக்களை கொண்ட இப்படம் ஒரு தனிக் குழுவின் பரிசீலனைக்கு விடப்பட்டது. வெட்டு எதுவுமின்றி படம் திரையரங்குகளை அடைந்தது. ஆனால் அதைத் தொடர்ந்து வந்த அண்ணாதுரை எழுதிய *சொர்க்கவாசல்* (1954) தணிக்கைக்குத்

பராசக்தி படத்தில் சிவாஜி கணேசன்

தப்பவில்லை. கடவுள் மறுப்புப் பாடல்களும் வசனங்களும் மாற்றப்பட்டன.

இடதுசாரி எழுத்தாளர் எஸ். நாகராஜன் எழுதி 1958 இல் வெளிவந்த, *அவன் அமரன்* படத்தில், காட்சிகளும் வசனங்களும் பல வெட்டுகளுக்கு ஆளானது. இந்தப் படத்தை வீணை மேதை எஸ். பாலசந்தர் இயக்கியிருந்தார். (எந்த வசனங்கள் நீக்கப்பட்டன எந்தெந்த காட்சிகள் வெட்டப்பட்டன என்ற விவரங்கள் அரசிதழில் (Gazettee) வெளியிடப்பட்டன. வெட்டப்பட்ட பிலிம் துண்டுகள் புனே ஆவணக் களரியில் வைக்கப்பட்டுள்ளன.)

தணிக்கை வாரியம் ஆட்சியிலிருக்கும் கட்சியின் கொள்கையை பிரதிபலித்து இயங்குவது வழமையாகி விட்டது. மார்க் ராப்சன் இயக்கிய நைன் அவர்ஸ் டு ராமா என்ற அமெரிக்கப் படம் (*Nine Hours to Rama*, 1962) தடைசெய்யப்பட்டது ஓர் எடுத்துக்காட்டு. 1998 இல் விருது பல பெற்ற இயக்குநர் ஜமீல் தெலாவி இயக்கிய ஜின்னா (1998) (ஆங்கிலம்) படமும் இந்தியாவிற்குள் அனுமதிக்கப்படவில்லை. அருமையான இவ்வரலாற்றுப்

திரையில் விரியும் சமூகம்

படத்தை அமெரிக்காவில் பார்க்க வாய்ப்பு கிடைத்தது. நம்மூர் ஷஷி கபூர் ஒரு முக்கிய பாத்திரத்தில் நடித்திருக்கின்றார்.

சில தருணங்களில் ஒரு படம் திரையிடப்படுவதை தடுக்க முடியும் 1994 இல் கொள்ளைக்காரியாக அறியப்பட்ட, பாராளுமன்ற உறுப்பினரான பூலான் தேவியின் வாழ்க்கை வரலாறு *பேண்டிட் க்வீன்* என்ற படமாக சித்தரிக்கப்பட்ட போது அது தடைசெய்யப்பட்டது. அதே போல சாதி அடிப்படையிலான ஒதுக்கீடு பற்றி கேள்விகள் எழுப்பிய *ஒரே ஒரு கிராமத்திலே* (1989) படம் நீதிமன்றத்தின் மூலம் இடைக்காலச் தடையை சந்தித்தது.

சில தனியார் குழுக்கள் சட்டதிட்டங்களுக்குப் புறம்பான தணிக்கையை நம் நாட்டில் செயல்படுத்துகின்றனர். தேசிய விருது பெற்ற *அக்ரகாரத்தில் கழுதை* (1977) தொலைக்காட்சியில் காட்டப்படும் என்று மூன்று முறை அறிவித்த பின்னரும் சில அமைப்புகளின் எதிர்ப்புக்குப் பணிந்து கடைசி நிமிடத்தில் ஒளிபரப்பு ரத்து செய்யப்பட்டது. வெளியிடுவதற்கு முன்பே பால் தாக்கரேக்கு *பம்பாய்* (1995) திரையிட்டுக் காட்டப்பட்டதும் இவ்வாறான ஓர் கட்டுப்பாடுதான். இந்த ஆண்டு வெளிவந்த *சர்க்கார்*, படத்திற்குத் தணிக்கை வாரியத்தின் சான்றிதழ் கிடைத்த பின்னும், அதை ஓர் அரசியல் கட்சி எதிர்த்ததால் தயாரிப்பாளரே படத்தில் சில திருத்தங்கள் செய்து எதிர்ப்பாளர்களை திருப்தி செய்தார். தயாரிப்பாளர்கள் இவ்வாறு பணிந்து செல்வதால் படைப்பாளியின் சுதந்திரம் பறி போகின்றது. அது மட்டுமல்ல, அரசியல், சாதி, மத அக்கப்போரில் மாட்டிக்கொள்வதை தவிர்க்க, தயாரிப்பாளர்கள் எவ்வித சிந்தாந்தமும் இல்லாத, உப்புசப்பற்ற நேரங்கொல்லிப் படங்கள் எடுக்க ஆரம்பிக்கும் ஆபத்தும் உருவாகின்றது.

கதையின் கரு, ஓட்டம், திரைப்படத்தின் தன்மை இவற்றை உணராமல் தணிக்கைக் குழு விட்டேத்தியாக படத்தின் சில பகுதிகளை நீக்கிவிடும் தவறு இன்றும் நடக்கின்றது. சூசகமாக படம் உறுதிப்படுத்தும் கருத்துக்கள் யாவை எவை என்பதை அறிய சினிமா பற்றிய அறிவு தேவையாகின்றது. அதாவது சினிமா ரசனை. தணிக்கை வாரியத்தின் எல்லா உறுப்பினர்களுக்கும், தலைவர் உட்பட, இந்த ரசனை ஓரளவாவது இருக்க வேண்டும்.

ஒரே ஒரு கிராமத்திலே இடஒதுக்கீடு பற்றி பேசியது
லட்சுமி, வினு சக்ரவரத்தி, பூர்ணம் விஸ்வநாதன்.

சர்ச்சையில் சிக்கிய *உட்தா பஞ்சாப்* (பஞ்சாபி, 2016) படம் போதை மருந்துக்கு அந்த மாநிலத்தின் ஒரு தலைமுறையே பலியாவதைக் கண்டு துடித்த ஒரு படைப்பாளியின் ஆதங்க வெளிப்பாடு. ஆனால் தணிக்கை செய்யப்படும் போது, படத்தின் மையக்கருத்தைக் கணக்கில் கொள்ளாமல், தனித் தனி காட்சிப் படிமங்களை மட்டும் ஒழுக்க ரீதியில் கண்காணித்து கத்தரி போட்டு படத்தைச் சின்னாபின்னமாக்கி விட்டார்கள். படத்தின் தாக்கம் வெகுவாக நீர்த்துப்போனது.

தணிக்கையில் சிக்காமலிருக்க, படைப்பாக்கத்திறன் பெற்ற இயக்குநர்கள், சினிமா மொழியை கூர்மையாய் பயன்படுத்தி சிறந்த படங்கள் எடுத்தது வரலாற்றில் உண்டு. போலந் நாட்டிலும், கிழக்கு ஐரோப்பிய நாடுகள் சிலவற்றில் அறுபதுகளிலும் எழுபதுகளிலும், கடுமையான தணிக்கை சூழலிலும் பல அருமையான அரசியல் படங்கள் தோன்றின. *பராசக்தி*யும் ஒரு உருவகப்படம்தான் (allegory) அது பிரிட்டீஷ் காலத்தில் நடக்கும் கதையாகக் காட்டப்படுகின்றது. தணிக்கையிலிருந்து தப்ப பல எழுத்தாளர்களும் உருவக உத்தியை

பயன்படுத்தியுள்ளனர். அண்மையில் நான் பார்த்து மகிழ்ந்த படமான *பரியேறும் பெருமாள்* இயக்குநர் திறமையாக எந்த ஒரு சாதியையும் சுட்டிக்காட்டாமல், ஆனால் சில குறியீடுகள் மூலம், இந்த பிரச்சனையை அலசுகின்றார். யாரும் 'எங்கள் மனம் புண்படுத்தப்படுகின்றது' என்று அப்படத்தை எதிர்க்க முடியாது. கதைசொல்லும் முறையில் பேசுபொருளின் தீவிரமும் குலையவில்லை.

நம் நாட்டில் சினிமாவை மேம்படுத்துவது தணிக்கையின் ஒரு குறிக்கோளாக அறிவிக்கப்பட்டிருந்தாலும் (promoting excellence in cinema). அந்த வாரியத்தில் இடம் பெறுவோர் பெரும்பாலானோருக்குச் சினிமாவைப் பற்றி ஒரு பரிச்சயமும் இருப்பதில்லை. பாலியல் ரீதியான தணிக்கை எனும் ஒற்றைக்கண் பார்வையில் இயங்குகின்றார்கள். தனித்தனி காட்சிப் படிமங்களை மட்டுமே கவனித்தால் போதாது. படத்தின் தாக்கம் என்ன என்பது கவனிக்கப்பட வேண்டும். படத்தின் மையக்கருத்தை இனம்காண வேண்டும் அதை விட்டுவிட்டு பாலியல் ஒழுக்க ரீதியான தணிக்கையை நடைமுறையாக்கி, வன்முறையையும், ரத்தக்களரி காட்சிகளையும் அவர்கள் கண்டு கொள்வதில்லை. அதிலும் தமிழ் சினிமாவின் ஒரு பாரம்பரிய பாங்கான பெண்களை இழிவுபடுத்தும் காட்சிகள், பாலியல் வன்முறை இவைகளின் தாக்கத்தை தணிக்கை குழுவினர் உணர்வதில்லை. அறுபதுகளில் வெளியான ஒரு தமிழ்ப் படத்தின் நாளிதழ் விளம்பரத்தில் "ஆறு பாடல்கள், நான்கு சண்டைகள், மூன்று கற்பழிப்பு காட்சிகள்" என்று படித்தது நினைவில் இருக்கின்றது. அண்மைக்காலம் வரை தமிழ் சினிமாவில் மனைவியை அல்லது காதலியை அடிப்பது சாதாரணமாய் வந்த காட்சி. *உயர்ந்த மனிதன்* (1968) படத்தில் கதாநாயகன் "ஏன் அலுவலகத்திலிருந்து இவ்வளவு தாமதமாக வருகின்றீர்கள்" என்று கேட்கும் தன் மனைவியை ஓங்கி அறைகின்றான். *சம்சாரம் அது மின்சாரம்* (1980) படத்திலும் இரு மருமகள்களும் தமது கணவன்மார்களால் அடிக்கப்படுகின்றார்கள். அவ்வாறு அடிப்பதை நியாயப்படுத்தியே காட்சிகள் அமைந்துள்ளன. மனைவி இப்படி அடிவாங்குவது முறையானதுதான் என்று கதை போகும். பல படங்கள் பெண்ணடிமைத்தனத்தைப் போற்றுவதாக அமைந்திருந்தன. பார்வையாளர்களும் எந்தப் பிரச்னையும் இன்றி இந்த நிலைப்பாட்டை ஏற்றுக்கொண்டனர்.

மொழி படத்தில் ஜோதிகா, சொர்ணமால்யா, பிரித்விராஜ், பிரகாஷ்ராஜ்

இணங்காத இளம் மனைவியிடம் வல்லுறவு கொள்ளும் கணவனைப் பற்றிய *என் ராசாவின் மனசிலே* (1992) படம் ஒரு பிரச்சினையும் எதிர்கொள்ளவில்லை. எந்த விமர்சகரும் இதைச் சுட்டிக்காட்டவில்லை. தனித்தனி காட்சி பிம்பங்களைக் கவனித்து, படத்தின் சாராம்சத்தைக் கோட்டைவிட்டதற்கு நம் சினிமா வரலாற்றில் எடுத்துக்காட்டுகள் பல உண்டு. நான் பார்த்த தமிழ்ப் படங்களில் பெண்களை இம்மிகூட இழிவு படுத்தாமல், பெண்ணுடல் காட்டலில்லாமல் எடுக்கப்பட்ட ஒரு படம் ராதாமோகனின் *மொழி* (2007). இந்த ஆண்டு வந்த *96* படமும் அப்படி ஒரு படைப்புத்தான்.

சினிமா எனும் இந்த காண்பியல் ஊடகத்தைப் பற்றிய அறிவின் அடிப்படையில் தான் தணிக்கை விதிகளையும் புரிந்து கொள்ள வேண்டும். சினிமாவைப் பார்ப்பதற்கோ, அது சார்ந்த முடிவுகள் எடுப்பதற்கோ, அது பற்றி எழுதுவதற்கோ அந்த ஊடகத்தைப் பற்றிய ஒரு புரிதல் ஏதும் தேவையில்லை என்பது நம் பொதுப்புத்தியில் உறைந்து போன ஒரு கருத்தாக்கம். சினிமாவிற்குரிய நியாயங்கள், பண்புகள் பற்றிய பரிச்சயம் படித்து பட்டம் பெற்றவர்களிடம் கூட காண்பது அரிதாக இருக்கின்றது. நான் திரையில் பார்க்கிறேனே, புரிகிறதே என்பதுதான் இவர்கள் வாதம். ஆட்டபாட்டம் நிறைந்த, கேளிக்கை படங்களையே பார்த்துப் பார்த்து இதுதான் சினிமா

என்ற கருத்து நம்முள் வேரூன்றிவிட்டது. சினிமாவின் சாத்தியக்கூறுகள் பற்றியோ நியதிகள் பற்றி தெரிந்து கொள்ள நாம் எந்த முயற்சியும் எடுப்பதில்லை.

அவ்வப்போது பரிசீலனைக் குழுக்குள் அமைத்து இந்தத் தணிக்கை முறை பற்றி அலச அரசு முனைகின்றது. ஆனால் அவர்களது எந்த பரிந்துரையும் நடைமுறைக்கு வருவதில்லை. இந்தக் குழுக்களும் படத்தின் சாராம்சம் பற்றியோ, சினிமா பற்றியோ அக்கறை காட்டியதில்லை. ஆனால் 1968 இல் நீதிபதி ஜி.டி. கோஸ்லா (காந்திஜி கொலை வழக்கை விசாரித்தவர்). தலைமையில் ஏற்படுத்தப்பட்ட பரிசீலனைக்குழு வேறுபட்டிருந்தது. தணிக்கை விதிகளை அது கடுமையாக விமரிசித்தது. "இவ்விதிகளை தீவிரமாகக் கடைப்பிடித்தால் ஒரு இந்தியப் படத்திற்கும் கூட சான்றிதழ் தர இயலாது" என்றது.

சினிமா தணிக்கை முறை ஆக்கப்பூர்வமாக இயங்க வேண்டுமென்றால், அதைச் சார்ந்தவர்களுக்கு, தலைவர் உட்பட, சினிமா எனும் ஊடகத்தின் இயல்புகளுடன் ஒரு பரிச்சயம் இருக்க வேண்டும். வெறும் எதிர்மறை அணுகுமுறையாக இருக்க வேண்டியதில்லை.

◉

'உட்தா பஞ்சாப்' சர்ச்சை சொல்லுவது என்ன?

திரைப்படத் தணிக்கை 1918 இல் பிரிட்டீஷ் அரசால் நம்நாட்டில் அறிமுகப்படுத்தப்பட்ட போதே அதன் நோக்கம் இந்த ஊடகத்தைக் கட்டுப்பாட்டில் வைத்திருப்பதுதான். சினிமா சார்ந்த சட்டதிட்டங்களும் இதைச் சார்ந்தே இருந்தன. இது ஒரு எதிர்மறை அணுகுமுறை இத்தணிக்கை முறை பல பத்தாண்டுகளாக, 1952 வரை இது போலீசார் கையில் தான் இருந்தது என்பதை நாம் மனதில் கொள்ள வேண்டும். இந்திய சினிமா பெரும்பாலும் ஜனரஞ்சக பொழுதுபோக்குச் சாதனமாக உருவானதற்கு அதன் முளைவிடும் பருவத்திலேயே திணிக்கப்பட்ட தணிக்கை முறையும் ஒரு காரணமாகும். அதே நிலை இப்போது மறுபடியும் தலை தூக்குகின்றது.

அபிஷேக் சௌபே இயக்கிய உட்தா பஞ்சாப் (2016) என்ற இந்திப்படம் பஞ்சாபில் இன்று தலைவிரித்தாடும் போதைப்பொருள் பழக்கம் பற்றிய படம். ஒரு பாடகர், ஒரு கூலித்தொழிலாளி, ஒரு மருத்துவர் மற்றும் ஒரு போலீஸ்காரர் - இவர்களைச் சார்ந்த கதை. தணிக்கை செய்யப்படும் போது, படத்தின் மையக்கருத்தைக் கணக்கில் கொள்ளாமல், தனித் தனி காட்சிப் படிமங்களை மட்டும் ஒழுக்க ரீதியில் கண்காணித்து கத்தரி போட்டுவிட்டார்கள். போதை மருந்துக்கு ஒரு தலைமுறையே பலியாவைதைக் கண்டு துடித்த ஒரு படைப்பாளியின் ஆதங்க வெளிப்பாடு அந்தப்படம். தீர்க்கமான கள ஆய்வின் அடிப்படையில், யதார்த்த பாணியில் உருவாக்கப்பட்ட படம் என்றறிகின்றேன். சினிமாவின் தாக்கம் யதார்த்த பாணி படத்தில் ஆழமாக இருக்கும் என்பதை மனதில்

அபிஷேக் செளபே

கொள்ள வேண்டும். உங்கள் கவனத்தை ஈர்க்கின்றதே, காக்கா முட்டை போல. உட்தா பஞ்சாப் படத்தின் கருவை அறிந்து, அதன் நான்கு பிரதான நடிகர்களும் தங்கள் சம்பளத்தில் பாதியைத்தான் ஏற்றுக்கொண்டார்களாம்.

டில்லியிலுள்ள AIIMS இன் ஒரு கணிப்பின் படி அம்மாநிலத்தின் 1.2% மக்கள் போதைக்கு அடிமையாயிருக்கின்றார்கள். இதில் 99% ஆண்கள். இது பன்னாட்டு விகிதத்தை விட நான்கு மடங்கு அதிகம். அங்குப் புழக்கத்தில் இருப்பது ஹிராயின் எனப்படும் கொடிய நச்சு. பஞ்சாபில் போதை மருந்து பழக்கம் ஒரு கொள்ளை நோய் போல் பரவி வருகின்றது என்கிறார்கள். அது மட்டுமல்ல. இந்தப் போதை மருந்து பரவலாக்கத்தில் உலகின் பல அரசியல்வாதிகள் ஈடுபட்டிருக்கிறார்கள் என்பது செய்தி. இதை சுட்டிக் காட்டியதற்குத்தான் உட்தா பஞ்சாப் எண்பத்தியொன்பது வெட்டுகளை வாங்கியது.

நம் நாட்டு சினிமா வரலாற்றில் பல படங்கள் இவ்வாறு சிதைக்கப்பட்டிருக்கின்றன. நாத்திகவாதம், பகுத்தறிவு வாதம் இவற்றை பேசுபொருளாகக் கொண்ட பராசக்தி (1952) தனிக் குழு ஒன்று பார்த்து தலையசைத்த பின்தான் வெளியானது. (சென்னையில் தணிக்கை அதிகாரியாக பதவி ஏற்றிருந்த மணிக்கொடி எழுத்தாளர் ஸ்டாலின் சீனிவாசன் படத்தைத் தடை செய்ய வேண்டும் என்ற கோரிக்கையை ஏற்கவில்லை).

எஸ். பாலசந்தர் இயக்கிய *அவன் அமரன்* (1958) இடதுசாரி கருத்தாக்கம் கொண்டிருந்ததால் குதறப்பட்டு வெளியானது. (திரைக்கதை வசனம் என். நாகராஜன்) *ரத்தக்கண்ணீர்* (1954) படத்தில் பொருட்பெண்டிர் உறவால் தொழுநோய் வருவதாகக் கதை போவது அறிவியலுக்கு புறம்பானது. எந்த விமர்சகரும் இதைச் சுட்டிக்காட்டவுமில்லை. இவ்வாறு தனித்தனிக் காட்சி பிம்பங்களை கவனித்து, படத்தின் சாராம்சத்தை கோட்டைவிட்டதற்கு எடுத்துக்காட்டுகள் பல உண்டு.

ஆதிக்க அரசுகள், கருத்துக்களை பரப்பும் ஊடகங்கள் மீது தனிக்கவனம் செலுத்தி நெருக்குவதற்கு உலகெங்குமிருந்து சான்றுகள் காட்டமுடியும். நம் நாட்டில் நெருக்கடி நிலைமை காலத்தில் அன்றைய அரசியலை பகடி செய்த *கிசா குருசி கா* (1977) என்ற படத்தின் எல்லாப் பிரதிகளும் மாஸ்டர் நெகடிவும் மாருதி தொழிற்சாலைக்கு எடுத்து செல்லப்பட்டு அங்கே தீக்கிரையாக்கப்பட்டதை மறக்க முடியாது. பூலான் தேவி பற்றிய பேன்டிட் க்வீன் படமும் சர்ச்சையில் சிக்கி, பின்னர் உச்சநீதி மன்றம் சில வன்முறைக் காட்சிகளையும், நிர்வாணக்காட்சி ஒன்றையும் அனுமதித்த பின்னர் வெளியிடப்பட்டது.

உட்தா பஞ்சாப் படத்தில் ஆலியா பட்

கதையின் கரு, ஓட்டம், திரைப்படத்தின் தன்மை இவற்றை உணராமல் தணிக்கைக் குழு விட்டேத்தியாக படத்தின் சில பகுதிகளை நீக்கிவிடுவது பெரும் தவறு. படம் சூசகமாக உறுதிப்படுத்தும் கருத்துக்கள் யாவை, இந்த ஊடகத்தின் இயல்பு என்ன என்பதை அறிய சினிமா பற்றிய அறிவு தேவையாகின்றது. அதாவது சினிமா ரசனை. தணிக்கை வாரியத்தின் எல்லா உறுப்பினர்களுக்கும், தலைவருக்கும் இந்த ரசனை ஓரளவாவது இருக்க வேண்டும்.

சினிமாவைப் பார்ப்பதற்கு, அது சார்ந்த முடிவுகள் எடுப்பதற்கு, அது பற்றி எழுதுவதற்குப் புரிதல் ஏதும் தேவையில்லை என்பது நம் பொதுப்புத்தியில் உறைந்து போன ஒரு கருத்தாக்கம். சினிமாவிற்குரிய நியாயங்கள், பண்புகள் பற்றிய பரிச்சயம் படித்து பட்டம் பெற்றவர்களிடம் கூட இல்லை. நான் திரையில் பார்க்கிறேனே, புரிகிறதே என்பதுதான் இவர்கள் வாதம். ஆட்டபாட்டம் நிறைந்த, நேரம்கொல்லி பொழுதுபோக்குப் படங்களையே பார்த்துப் பார்த்து இதுதான் சினிமா என்ற கருத்து நம்முள் வேரூன்றிவிட்டது. சினிமாவின் சாத்தியக்கூறுகள் பற்றியோ நியதிகள் பற்றி தெரிந்து கொள்ள நாம் ஆர்வம் காட்டுவதில்லை.

⊙

படைப்பாளிகள்

திரையில் காட்டுயிர்

நான் பெங்களூரில் பணி செய்து கொண்டிருந்த காலம். 1992 இல் அமைதிப் பள்ளத்தாக்கு: ஒரு இந்திய மழைக்காட்டின் கதை. என்ற ஒரு மணி நேர திரைப்படத்தைக் காணும் வாய்ப்பு கிடைத்தது. சென்னையில் வாழும் ஒரு இளைஞனின் முதல் படம் அது. என்னை அசத்திவிட்டது. காட்டுயிர் சார்ந்த படங்கள் அரிதாகவே வந்த காலம் இந்தப்படம் மேற்குத் தொடர்ச்சி மலைத்தொடரில் எஞ்சியிருக்கும் மழைக்காடு, அதை உறைவிடமாகக் கொண்ட உயிரினங்கள் பற்றிய ஆவணம். அது குறுந்தட்டுக்கு முற்பட்ட காலம் அந்தப் படத்தில் ஒரு அற்புதமான காட்சி. மரப்பொந்து ஒன்றிற்குள் கூடமைத்து உள்ளே இருக்கும் பெட்டைப்பறவைக்கு இருவாசி பறவை ஒன்று, — வான்கோழி பெரியது — இரை கொண்டு வந்து ஊட்டும் அற்புதக்காட்சி இன்றும் என் நினைவில் இருக்கின்றது. பின்னர் இந்தப்படம் அமெரிக்காவில் ஜேக்சன் ஹாலில் நடக்கும் காட்டுயிர் திரைப்பட விழாவில் பரிசு பெற்றது.

அந்தப்படத்தை உருவாக்கிய சென்னை வாழ் சேகர் தத்தாத்ரி, ரோலக்ஸ் விருது உட்பட இன்று பன்னாட்டளவில் புகழப்படும் பல விருதுகளை பெற்றிருக்கும் படைப்பாளியாக வளர்ந்து விட்டார். அவரது படங்கள் பன்னாட்டுக் கவனிப்பை பெற்றன. நான்கு தேசிய திரைப்பட விருதுகள் அவரைத்தேடி வந்தன. இவரது படங்களைக் கவனித்த ஆக்ஸ்போர்டு பல்கலைக்கழகம் அவருக்கு, இயற்கை சார்ந்த படங்களை எடுக்க ஒரு வருட நல்கை ஒன்றை அளித்தது. அங்குப் பயிற்சி பெற்ற சேகர் பல பன்னாட்டு காட்டுயிர் திரைப்பட விழாக்களில் கலந்து கொண்டார். சேகர் தனது படத்தின் சாரத்தை அவரே

சேகர் தத்தாத்ரி

எழுதுகின்றார் அவரே காமிராவைப் பிடித்து தன் எழுத்துக்களை படமாக்குகின்றார்.

காட்டுயிர் சார்ந்த திரைப்படங்களுக்கு நான்கு முக்கிய கூறுகள் உண்டு. முதலாவது ஓர் உயிரியை அதன் வாழிடத்தில் உங்களுக்குக் காட்டுகின்றது. அதன் வாழிடத்தை நாம் காண்பது சிரமம். ஆகவே இந்த திரைப்படம் அந்த உயிரிக்கும் அந்த உறைவிடத்திற்கும் உள்ள பிணைப்பை பார்வையாளர்களுக்கு காட்டுகின்றது. இது பார்வையாளரிடையே ஒரு கரிசனத்தை உருவாக்குகின்றது. இரண்டாவது காட்டுயிரியலாளர்களின் ஆய்வின் அவதானிப்புகள் காட்சி ரூபத்தில் இம்மாதிரியான திரைப்படத்தில் பதிவு செய்யப்படலாம். எடுத்துக்காட்டாக, சேகரின் ஒரு படத்தில் குடகில் ஒரு காப்பித் தோட்டத்தில் யானைத்திரள் ஒன்று இருப்பது மனிதர் - காட்டுயிர் எதிர்கொள்ளலைக் காட்டுகின்றது. மூன்றாவதாக ஒரு காட்டுயிரின் வாழிடத்தை அந்தப்படம் பதிவு செய்கின்றது. வாழிடங்கள் வெகு வேகமாக அழிந்துவரும் இந்நாட்களில் இது ஒரு முக்கியமான பதிவு. மழைக்காடுகளும் அலையாத்தி காடுகளும் எவ்வாறிருந்தன என்பதைக் காட்டுயிர் பற்றிய படங்கள் பதிவு செய்கின்றன. நான்காவது அம்சம் ஒரு உயிரியின் இதுவரை பதிவு செய்யாத நடவடிக்கையைக் படமாக்குவது. சேகர் தனது அமைதிப்பள்ளத்தாக்கு படத்தில்

ஒரு ஜோடி இருவாசி பறவைகளின் இனப்பெருக்க முறையை முதன்முறையான படத்தில் காட்டினார். இந்தக்காட்சியை படமாக்க, அருகிலிருந்த ஒரு உயரமான மரத்தில் மேல் பல மணி நேரம் இருக்க வேண்டியிருந்தது என்றார்.

காட்டுயிர் படமெடுப்பவர், காமிராவைக் கையாளுவதில் மட்டுமல்ல, காட்டுயிர் பற்றியும் காட்டில் நடமாடுவது பற்றியும் நன்கு அறிந்திருக்க வேண்டும். விலங்குகளின் உடல் மொழியில் பரிச்சயம் இருக்க வேண்டும். பெரும்பாலான சமயங்களில் தனியாக இயங்க வேண்டியிருக்கும். உடம்பும் நல்ல நிலையிலிருக்க வேண்டும். மரம் ஏறவும், ஓடவும். பாறைகளின் மீதேறி போகவும் வேண்டும். காட்டில் தனியாக ஒரு கமாண்டோ போல இயங்கத் தெரிந்திருக்க வேண்டும்.

இந்த ஆவணப் படத்துறையில் கடவுள் தான் இயக்குநர் என்று ஹிட்ச்காக் ஒரு முறை சொன்னார். இங்கே நடிகர்கள் உங்கள் கட்டுப்பாட்டில் இல்லை. நடப்பதை பதிவு செய்து கொள்ள வேண்டும். அதிலும் எண்மயமாக்கலுக்கு (digital) முன் நிறைய ஃபிலிம் பயன்படுத்த வேண்டியிருந்தது. அது மட்டுமல்ல இந்தியக் காடுகளில் வெளிச்சம் குறைவு. இங்கு பல வகையான காட்டுயிர்கள் இருந்தாலும், ஒவ்வொரு உயிரினமும் மிகக் குறைந்த எண்ணிக்கையிலேயே உள்ளன. காட்டின் பரப்பும் குறைந்து கொண்டே போகின்றது.

☐ உயிர்மை 2021

ரமணியின் சினிமா

இந்த ஆண்டுத் தேர்வுக் குழுவில் விஷயம் தெரிந்த சிலர் இடம் பெற்றிருந்தனர் என்பதை அண்மையில் அறிவிக்கப்பட்ட சினிமா தேசிய விருதுகள் காட்டுகின்றன. இரு முடிவுகள் என் கவனத்தை ஈர்த்தன. ஒன்று, அசோகமித்திரன், ஜெயமோகன் போன்ற முன்னிலை எழுத்தாளர்களின் இலக்கியப் படைப்புகளைக் கரிசனத்துடன் படமாக்கியிருக்கும் இயக்குநர் வசந்த சாயிற்கும், இரண்டாவது *Oh, That is Bhanu* என்ற படத்தை உருவாக்கியிருக்கும் ஆர்.வி. ரமணிக்கும் (*Non-feature film category*) அளிக்கபட்ட சிறந்த இயக்குநர் விருதுகள்.

ரமணியின் இந்தப் படத்தை ஆவணப்படம் என்று வர்ணிப்பிற்குள் அடக்கிவிட முடியாது. கடந்த முப்பது ஆண்டுகளாக இயங்கிக் கொண்டிருக்கும் அவரது படைப்புகளுக்கு ஒரு அடையாளக் குறியீடு கொடுப்பது சிரமம். அவை எல்லாமே ஒரு தனித்துவ பாணியில் உருவாக்கபட்டவை. இதை 'நிஜ சினிமா' (*Cinema verite*) என்று விமர்சகர்கள் வர்ணிப்பார்கள்.

'நிஜ சினிமா' என்ற பெயர் முதலில் ரஷியாவில் ஒரு செய்திப் படத்திற்குத் தலைப்பாகப் பயன்படுத்தப்பட்டது. ரஷிய நாளிதழான *ப்ராவ்தாவில்* வந்த செய்திகள் இந்தப் பெயரில் திரையில் காட்டப்பட்டன. அந்த செய்திப் படங்களைத் தயாரித்த சீகா வெர்தாவ் (*Dziga Vertov*) எனும் ரஷிய இயக்குனர்தான் இந்த பெயரை 1940 இல் இவ்வகை சினிமாவிற்குச் சூட்டியவர். சினிமா வரலாற்றில் 'நிஜ சினிமா' என்றால் சீகா வெர்தாவின் பெயரும் கூடவே வரும், "நடிகர்களில்லாத, நடிப்பு இல்லாத, திரைக்கதையில்லாத, செட் இல்லாத, படம்" என்று நிஜ சினிமாவை அவர் விவரித்தார். இம்மாதிரி

ஆர்.வி. ரமணி

படங்களில் வர்ணனைக் குரல் கூட இருக்காது. பின்னணி இசையும் இருக்காது. சினிமாவைப் பார்வையாளருக்கு வெகு நெருக்கமாக இந்த பாணி கொண்டு வரும். நிஜ சினிமா சில விதத்தில் காட்டுயிரைப் படமெடுப்பது போன்றது. கிடைக்கும் காட்சிகளை நிறைய காமிராவில் பதிவு செய்து, பின் அந்த பிம்பங்களை ஓர் அர்த்தமுள்ள கோர்வையாகத் தொடுத்து காட்டுயிர் சார்ந்த படங்கள் உருவாக்கப்படுவது உண்டு.

அறுபதுகளில் கையில் எளிதாக தூக்கிச் செல்லும் காமிரா புழக்கத்தில் வந்த பிறகு நிஜ சினிமா ஒரு பாணியாக அமெரிக்காவிலும் பிரபலமானது. அப்போது தொலைக்காட்சி வெகுவாகப் பரவி, இவ்வகை சினிமாவிற்கு ஒரு இடம் அளித்தது, அதிலும் டிஜிட்டல் காமிராக்கள் வந்த பின் படச்சுருள் தேவையில்லையே. ஆகவே பிலிம் வீணாவதைப் பற்றியோ, உருத்துலக்கல் செலவைப் பற்றியோ கவலைப்பட தேவையில்லை.

2002 ஆம் ஆண்டில் காலச்சுவடு சென்னையில் நடத்திய தமிழினி நிகழ்வில் ரமணி ஒரு காமிராவைக் கையில் பிடித்து படமெடுத்துக்கொண்டிருந்தார். வெவ்வேறு கோணங்களில் படமாக்கிக் கொண்டிருந்தார். இதுதான் நான் அவரது படமெடுக்கும் முறையை முதன் முதலாகக் கவனித்தது. இதற்கு படத்திற்கான திரைக்கதை அவர் மனதில்தான் இருந்திருக்கும்

என நினைக்கின்றேன். அவர் உதவியாளாக யாரையும் வைத்துக் கொள்வதில்லை.

இவருக்கு விருது பெற்று தந்த *Oh. That is Bhanu* என்ற இரண்டு மணி நேரப்படம் டில்லியில் வசிக்கும் நடனமணி மாயா ராவின் தாயார் பானு என்றறியப்பட்ட பானுமதி ராவ் பற்றியது. அவரும் ஒரு நாட்டிய கலைஞர்தான். மாயாவின் வீட்டிற்கு ரமணி ஒரு முறை சென்றிருந்த போது அங்கு பானுவைச் சந்தித்தார். அவரைப் பற்றி ஒரு படம் தயாரிக்கும் எண்ணம் அவருக்கு தோன்றியது. படம் எடுக்க ஆரம்பிக்கும் போது பானுவிற்கு தொண்ணூற்றி இரண்டு வயது. காது சரியாகக் கேட்காது. மறதியும் அதிகம். என்றாலும் அவரது நகைச்சுவையும் குறும்பு பேச்சும் வற்றிப் போய்விடவில்லை. அவரிடம் பேசிப் பேசி அவர் வாழ்க்கை பற்றிய விவரங்களை ரமணி வெளிக்கொண்டு வருகின்றார். ஓரிடத்தில் பானு நடன முத்திரைகளைச் செய்து காட்டுகின்றார், பானு பூங்காவில் நடைபயிற்சிக்கு செல்லும் போது காமிரா அவரைத் தொடர்கின்றது. குயிலின் கூவல், தெருநாய்களின் குரைப்பு போன்ற சுற்றுப்புற ஒலிகள் மட்டுமே கேட்கின்றது. அண்மைக்காட்சிகள் நிறைந்த படம் இது. ஒரு கலைஞரின் வாழ்வின் சாரத்தைக் காட்ட முயலும் முயற்சி.

கோழிக்கோட்டில் பிறந்த பானு ஒரு நாட்டிய, நாடகக் கலைஞராகக் தனது வாழ்க்கையைத் துவக்குகின்றார். பரத நாட்டியமும் கதக்களியும் கற்றுக்கொண்டு நாட்டிய கலைஞர் ராம் கோபாலின் குழுவில் இணைந்து இயங்குகின்றார். இங்கிலாந்து சென்று அங்கு நிகழ்ச்சிகள் நடத்துகின்றார். திருமணமான பின் அமெரிக்காவில் சில காலமும் பின் டில்லியிலும் வசிக்கின்றார். அவரது கணவர் இளம் வயதிலேயே இறந்து விடுகின்றார். பின்னர் தனது இரு மகள்களுடன் வசிக்கின்றார். ஒருவர் மாயா, டில்லியிலும் மற்றவர் தாரா, பெங்களூரிலும் இருக்கின்றார்கள். தொண்ணூறு வயதில் ஒரு நாட்டியக் கச்சேரி நடத்தி பெங்களூர் ரசிகர்களை வியப்பில் ஆழ்த்தினார் பானு. இரண்டு ஆண்டுகளுக்கு முன் பெங்களூரில் இப்படத்தை ரமணி பெரிய திரையில் திரையிட்ட போது நாங்கள் பார்த்தோம். அன்று பானுமதியும் படம் பார்க்க வந்திருந்தார். கடந்த 2022 ஆண்டு பிப்ரவரி இவர் தனது 98 ஆவது வயதில் காலமானார்.

Oh. That is Bhanu படத்தில் பானு

சென்னை பெசண்ட் நகரில் வசிக்கும் ரமணிக்கு வயது 65. மும்பாயில் மூன்றான்டு இயற்பியல் படித்து பட்டம் பெற்ற பின் சில காலம் ஒளிப்பட இதழாளராகப் பணி புரிந்தார். புனே திரைப்படக் கல்லூரியில் சேர்ந்து ஒளிப்பதிவாளராக பயிற்சி பெற்றார். பின்னர் தானே படம் தயாரிக்க தொடங்கினார். சினிமாத்துறையைச் சாராமல் தனியாக, அப்படி கிடைக்கும் சுதந்திரத்தை அனுபவித்து படங்களை உருவாக்குகின்றார். அவைகளில் மூன்று படங்களைப் பற்றி கூற விரும்புகின்றேன். அதில் ஒன்று மறைந்துவரும் தோல்பாவைக் கூத்து பற்றிய படம் *நீ எங்கே* (2003) என்ற இப்படத்தில் கலைஞர்களின் நேர்காணல் மூலம் இந்த நிகழ்கலை பற்றிய விவரங்களை தருகின்றார். இந்தியாவின் பாரம்பரியக் கலையான தோல்பாவைக் கூத்து சினிமாவிற்கு ஒரு மூதாதையர் எனலாம். திரையில் காட்டப்படுகின்றதல்லவா? இன்று இந்தக் கலை மறைந்து கொண்டிருப்பதையும் கலைஞர்கள் நலித்திருப்பதையும் அப்படத்தில் ரமணி பதிவு செய்தார்.

இவர் 2009 எடுத்த *நீ யார்* என்ற படம் சுந்தர ராமசாமி பற்றியது. ஒரு எழுத்தாளனின் பல்வேறு பரிமாணங்களை எவ்வாறு பிம்பங்களில் காட்ட வேண்டும் என்பதற்கு இந்தப் படம் ஒரு எடுத்துக்காட்டு.

எப்போதும் காமிராவும் கையுமாக இருக்கும் இவர், ஒரு நாள் காலையில் குமரி முனையில் சில நண்பர்களுடன் கடற்கரை காட்சியைப் படம் பிடித்துக்கொண்டு இருந்தபோது சுனாமி நிகழ்ந்தது. இவர்கள் அந்த தாக்கத்திற்கு ஆளானார்கள். அந்த அனுபவத்தை *சுனாமியும் என் காமிராவும்* என்ற படத்தில் பதிவு செய்திருக்கின்றார். அரிய காட்சிகள் அடங்கிய படம் இது. ஓவியத்தில் ஈடுபாடு கொண்ட இவர் ஆதிமூலத்தின் காந்தி கோட்டோவியங்களைப் பற்றியும் அச்சுதன் கூடலூரின் அரூப ஓவியங்கள் பற்றியும் இரு குறும்படங்கள் எடுத்திருக்கின்றார்.

மற்றவர் இயக்கும் சில படங்களுக்கு ஒளிப்பதிவாளராகவும் பணியாற்றியிருக்கின்றார். தமிழ் சினிமாவில் 15 ஆண்டுகள் இயங்கி, *மீரா* போன்ற படங்களை இயக்கிய எல்லிஸ் ஆர். டங்கனைப் பற்றி கரன் பாலி இயக்கிய *An American in Madras* என்ற ஆவணப்படத்தை ஒளிப்பதிவு செய்தது இவர்தான், சில கதைப் படங்களுக்கும் ஒளிப்பதிவாளராகப் பணியாற்றியுள்ளார். கே.பி. சசி இயக்கிய மலையாளப்படம் *இலையும் முள்ளும்* அதில் ஒன்று.

சினிமாவைப் பற்றிய ஆழ்ந்த புரிதல் கொண்ட இவர் சினிமா ரசனை பற்றி பல பட்டறைகள் நடத்துவது மட்டுமல்லாமல் ஐந்தாண்டுகள் டில்லி அம்பேத்கர் பல்கலைக்கழகத்தில் வருகைதரு பேராசிரியராக இருந்தார். இவரது படங்கள் பல வெளிநாட்டு திரைப்பட விழாக்களில் காட்டப்பட்டன. இவரும் அம்மாதிரியான பல விழாக்களுக்குத் தேர்வாளராக சென்றிருக்கின்றார்.

பணத்தாசையால் உந்தப்படாமல், சினிமாவின் உன்னதத்தில் நம்பிக்கை கொண்டு தீவிரமாக *One-man commando* போல இயங்கிக் கொண்டிருப்பவர் ரமணி. இவருடன் சினிமா பற்றி பேசுவது ஒரு அருமையான அனுபவம். எப்போதும் ஒரு ஃபிளைட்டை பிடிக்க ஓடிக்கொண்டிருக்கும் இவரை பிடிப்பதுதான் சிரமம்.

□ காலச்சுவடு, செப்டம்பர் 2022

தமிழ் சினிமாவிற்கு ஒரு ஆஸ்கார்

மூன்று ஆண்டுகளுக்கு முன் முதுமலை சரணாலயத்திலுள்ள தெப்பக்காடு யானை முகாமிற்குச் சென்றிருந்தேன். யானைகளுக்கு உணவு தயாரிப்பதை வேடிக்கை பார்த்துக் கொண்டிருந்த போது, அந்த வளாகத்தில் ஓரத்தில் ஒரு புதிய அடைப்பிடம் ஒன்று எழுந்துள்ளதைக் கவனித்து அங்கே சென்றேன். (இம்மாதிரி யானை அடைப்பிடம் க்ரால் *kraal* என்று குறிப்பிடப்படுகின்றது). அங்கே படுத்துக் கிடந்த ஒரு யானைக்குட்டிக்கு அருகே ஒரு பழங்குடி பெண்மணி அமர்ந்திருந்தார். அந்த குட்டியின் தாய் யானை இறந்துவிட்டதாகவும் அதைக் கவனித்துக்கொள்ள தான் அமர்த்தப்பட்டிருப்பதாகவும் சொன்னார். சில வருடங்களுக்குப் பின், இந்தியாவின் முதல் ஆஸ்கார் விருது பெற்ற படத்தில் இவர் தோன்றி உலகப்புகழ் பெறுவார் என்று அன்று நான் அறிந்திருக்கவில்லை.

பெள்ளி என்ற பெயர் கொண்ட இவரும் பொம்மன் என்றவரும் காட்டு நாயக்கர் சமூகத்தைச் சேர்ந்தவர்கள். இந்த யானைக்குட்டியை வளர்க்கும் பணி அவர்களிடம் கொடுக்கப்பட்டிருக்கின்றது. காட்டானைத் திரளை விட்டு பிரிந்து குட்டி அல்லது தாய் யானை இறந்துவிட்டதால் அனாதையாகும் குட்டிகளை வளர்ப்பது சிரமம் என்றும் பல செத்துப்போகின்றன என்றும் வனத்துறையினர் சொல்கின்றனர். குட்டியானை ரகுவை காப்பாற்றிவிட வேண்டும் என்ற ஆர்வத்தில் இந்த இருவரையும் பணிக்கு அமர்த்துகின்றார்கள். இந்த இரு பழங்குடியினருக்கும் குட்டி யானைக்கும் உருவாகும் பிணைப்பு, காட்டுநாயக்கர்களின் வாழ்க்கை, இவை ஆசிய யானையின் வாழ்விடமான மேற்குத்தொடர்ச்சி மலைக்காட்டின்

பொம்மியும் பெள்ளியும் ஆஸ்கார் விருதுடன்

பின் புலத்தில் சொல்லப்படுகின்றது. இதுதான் The Elephant Whisperers என்ற ஆவணப்படத்தின் சாரம்.

இந்தக் குறும்படத்தின் குவிமையம் யானை. வரலாற்றிற்கு முன்பிருந்தே இந்தக் காட்டுயிர் இவ்வுலகில் வாழ்ந்திருக்கின்றது. நம் நாட்டில் பல இடங்களிலிருந்து இதன் தொல்லெச்சப் படிவங்கள் (fossils) அவ்வப்போது கிடைத்துக் கொண்டிருக்கின்றன. இந்தியாவில் முதன்முதலில் சட்டத்தால் பாதுகாக்கப்பட்ட காட்டுயிர் யானை. 1879லேயே யானையைச் சுடக்கூடாது என்ற சட்டம் அமல்படுத்தப்பட்டது. என்றாலும் காட்டானைகளின் எண்ணிக்கை வேகமாகக் குறைந்து கொண்டே வந்தது. 1992 ஆம் ஆண்டு, இந்திய அரசு Project Elephant என்ற செயல்திட்டத்தைக் கொண்டு வந்தது. இன்றைய கணிப்பின்படி, உலகில் 50,000 ஆசிய யானைகள் உள்ளன. அதிகமான

ஆசிய யானைகளைக் கொண்ட நாடு இந்தியாதான், 27,000 காட்டானைகளும். 3,500 வளர்ப்பு யானைகளும் இருக்கின்றன. அதிலும் மேற்குத்தொடர்ச்சி மலைகளில் தான் அவைகள் அதிகமாக வாழ்கின்றன. அண்மையில் யானை நமது "பாரம்பரிய விலங்காக" (Heritage Animal) அறிவிக்கப்பட்டிருக்கின்றது. 2010 ஆம் ஆண்டு இந்திய அரசு கஜா அறிக்கையை (Gajah Report) வெளியிட்டது. யானையின் வாழிடம் சீரழிக்கப்பட்டும், சுருங்கியும் வருவதால், இந்த விலங்கைப் பாதுகாப்பது ஒரு சிரமமான பணியாக உள்ளது என்று இந்த அறிக்கை கூறுகின்றது, மார்ச் மாத ஆரம்பத்தில் தர்மபுரி அருகே மூன்று யானைகள் கள்ளத்தனமாகப் போடப்பட்ட மின்சார வேலியினால் உயிரிழந்தன. அவைகளுடன் இருந்த இரண்டு குட்டிகள் பிழைத்துக்கொண்டன என்ற செய்தியைப் படித்தோம். யானைகள் ரயிலில் அடிபட்டு சாவதும் அவ்வப்போது நடக்கின்றது.

இந்தக் குறும்படத்திற்கு வேறு சில பரிமாணங்களும் உண்டு. அநாதையான ஒரு யானைக்குட்டியின் கதையைச் சொல்லும் போதே, காட்டுயிர் பேணலில் உள்ள சில பிரச்சினைகளை, நீளப்பிரசங்கம் ஒன்றும் செய்யாமல், இப்படம் வெளிச்சம் போட்டு காட்டுகின்றது. அதில் ஒன்று காட்டுயிர் - மனிதர் உரசல். குட்டி ரகுவின் தாய் யானை ஒரு திருட்டு மின்சார வேலியினால் உயிரிழந்தது. இத்தகைய யானை மரணங்களைப் பற்றி நாளிதழ்களில் படிக்கின்றோம். அதுமட்டுமல்ல. காட்டானைகளால் மனித மரணங்களும் ஏற்படுகின்றன. குட்டியைப் பராமரிக்கும் பெள்ளியின் கணவரை ஒரு வேங்கை அடித்துக் கொன்றுவிட்டது. இது நாடு முழுவதும் வனத்துறை எதிர்கொள்ளும் பிரச்சினை.

இரண்டாவது, இந்தப் படத்தில் காட்டில் வசிக்கும் பழங்குடியினர் — காட்டு நாயக்கர்கள் — எதிர் கொள்ளும் வாழ்வியல் சிரமங்கள் காட்டப்படுகின்றன. சிறிய குடிசையில் வாழும் பெள்ளி தனது பேத்தியை மடியில் கிடத்தி, தனது கடந்த காலத்தைப் பற்றி சொல்லும் இடம், அவர்களது இடர்செறிந்த அன்றாட வாழ்க்கையின் சில காட்சிகளைக் காண்கின்றோம். ஒரு மலை முகட்டில் தொங்கிக்கொண்டிருக்கும் தேன்கூடுகளிலிருந்து தேன் சேகரிக்கும் காட்சி ஓர் எடுத்துக்காட்டு. கரணம் தப்பினால் மரணம் தான்.

தமிழ்நாடு வனத்துறை யானைகளைப் பராமரிக்க காட்டில் வாழும் பழங்குடியினரை பல்லாண்டுகளாக அமர்த்தி வருகின்றனர். பொள்ளாச்சிக்கு அருகே உள்ள ஆனைமலை சரணாலயத்தில் ஒரு யானைக்கு இரண்டு காடர்கள் இருக்கின்றார்கள். பழங்குடியினரின் காட்டுயிர் பற்றிய பட்டறிவு சில தருணங்களில் காட்டுயிரியலாளர்களை விட ஆழமாகவே இருக்கும். யானைகளைப் பற்றி நிறைய எழுதியிருக்கும் சூழலியலாளர் பிரியா தாவிதார் காட்டானைகளுக்கும் மனிதருக்கும் இடையில் ஒரு பிணைப்பு உருவாக முடியும் என்கின்றார். முதுமலையின் ஓர் ஓரத்திலுள்ள மசினகுடியில் இவர் வசிக்கின்றார். ஒரு மதியம் அவரது வீட்டு வராந்தாவில் நாங்கள் உணவருந்திக் கொண்டிருக்கும் போது ஒரு காட்டானைத்திரள் வீட்டின் முன்னே அவர்கள் கட்டியிருந்த நீர்த்தொட்டியில் நீரருந்த வந்ததை, அசையாமல் அமர்ந்திருந்து பார்த்தோம். எழுபதுகளில் தான்சானியாவில் யானைகளை ஆய்வு செய்த இயான் டக்ளஸ் ஹாமில்டனும் (Ian Douglas Hamilton) இந்த கருத்தை, யானைக்கும் மனிதருக்கும் ஏற்படக்கூடிய பிணைப்பை பற்றி Among Elephants என்ற நூலில் எழுதியுள்ளார். இவரது மூன்று வயது மகள் யானைத்திரளருகே நடந்து சென்று, ஒரு யானையருகே நின்று கொண்டிருந்த படத்தை நான் பார்த்திருக்கின்றேன்.

இந்தியாவில் எடுக்கப்பட்ட பெருவாரியான காட்டுயிர் பற்றிய ஆவணப்படங்கள் காட்டில் மக்களே இல்லாதது போன்ற மாயையை உருவாக்குகின்றன. உண்மை என்னவென்றால் நம் நாட்டில் யானைகள் வாழிடத்தில் 80% பகுதியில் மனிதர்களும் வசிக்கின்றார்கள். இந்த 80% காட்டில், யானையும் மனிதர்களும் இருக்கின்றார்கள். இதில் பிரச்சனை என்னவென்றால் இம்மாதிரியான பார்வை, மனிதர்களற்ற காட்டைக் காட்டுவது, ஒருவிதமான காட்டுயிர் பேணல் முறையை, காட்டில், முக்கியமாக சரணாலயங்களில் மனிதர்கள் இருக்கக்கூடாது என்ற நிலையை ஆதரிக்கின்றது என்கிறார்கள் சில காட்டுயிரியிலாளர்கள் இதை "கோட்டை பாதுகாப்பு" (Fortress Conservation) என்று குறிப்பிடுகின்றார்கள். இது ஒரு விவாதத்தைத் துவக்கியிருக்கின்றது. ஊழிகாலமாகக் காட்டில் வாழ்ந்து கொண்டிருந்த மக்களை அங்கிருந்து வெளியேறச் சொல்கிறார்கள். எங்கே போவார்கள்? இவர்களுடைய

காடர் பழங்குடியினர் யானையுடன்

இக்கட்டான நிலைமையைக் கண்ட இந்திய அரசு கொண்டு வந்ததுதான் வன உரிமை சட்டம் 2006. இந்த சட்டம் பற்றி ஒரு அரசு பதிவு சொல்கின்றது:

"பழங்குடியினருக்கும், வனத்திற்கும் உள்ள நெருங்கிய உறவை ஏற்றுக்கொள்ள வேண்டும். அவர்கள் காட்டைச் சார்ந்திருக்கின்றார்கள். காட்டை பேணுதல் பற்றிய அவர்களது பாரம்பரிய பட்டறிவை நாம் அங்கீகரிக்க வேண்டும்."

படிப்பதற்கு நன்றாகத்தான் இருக்கின்றது. ஆனால் இந்தச் சட்டம் இன்னும் நடைமுறைக்கு வரவில்லை. பழங்குடியினரின் வாழ்வுரிமை பிரச்சினைகள் தொடர்கின்றன.

இந்தப் படத்தில், மேற்குத்தொடர்ச்சி மலையின் பல்லுயிரியம் அருமையாகக் காட்சிப்படுத்தப்படுகின்றது. மலபார் அணில் தொடங்கி, காட்டுமாடு, சாம்பர் மான், குட்டியை அணைக்கும் லாங்குர் மந்தி, ஆடி அசைந்து வரும் கரடி இவைகளைப் பார்க்கின்றோம். ஆம், வேங்கையும் உண்டு. முதுமலை புலி காப்பகமாயிற்றே. பாம்புக் கழுகைப் பார்க்கின்றோம் இன்று வெகு அரிதாயிருக்கும், முன்னர் பிணம்தின்னிக் கழுகு என்று குறிப்பிடப்பட்ட, பாறு கழுகைக் காட்டுகின்றார்கள்.

அவ்வப்போது வரும் நிலப்பரப்பு காட்சிகள் யானையின் வாழிடமான இலையுதிர் காட்டை அற்புதமாகக் காட்சிப்படுத்துகின்றன. திரை முழுக்க தெரியும் இலையற்ற மருதமரங்களைக் கொண்ட காடு, ஒன்றன் பின் ஒன்றாக மலைத்தொடர்கள், மோயார் நீர்வீழ்ச்சி, காட்டு ஓடைகள், பருவ மழையை அறிவிக்கும் சூல்கொண்ட மேகங்கள், ஒரு தங்கத் தாம்பாளம் போல் தொடுவானத்தில் மறையும் சூரியன், விண்மீன்கள் நிறைந்த வானம் இவையாவுமே மனதைத்தொடும் பிம்பங்கள். காட்டானைத்திரள் ஒன்று வனப்பாதையில் செல்லும் காட்சி மனதில் நிற்கின்றது எல்லாக் காட்சிகளுமே சுற்றுப்புற ஒளியில் தான் படமாக்கப்பட்டுள்ளன. ட்ரோன் காமெரா நன்கு பயன்படுத்தப்பட்டுள்ளது அவ்வப்போது பின்னணியில் ஒலிக்கும் புல்லாங்குழல் இசை, காட்சிப் படிமங்களோடு ஒன்றிப்போகின்றது. (இசை பெல்ஜிய இளைஞர் ஸ்வென் ஃபால்கோன் Sven Faulcone)

காட்டுயிர் பற்றி, இயற்கையைப் பற்றி படமெடுப்பதில் சில சிரமங்கள் உண்டு. உயிரினங்களின் நடவடிக்கை இயக்குநர் கட்டுப்பாட்டில் இருப்பதில்லை. ஒரு விலங்கை இயக்குநர் இப்படிச் செய், அப்படிச் செய் என்று சொல்ல முடியாது. கையில் ஒரு ஷூட்டிங் ஸ்கிரிப்டை வைத்துக்கொண்டு காட்டுயிர் பற்றி படம் எடுக்க முடியாது. ஒரு பொதுவான கதைக் கருவை மனதில் வைத்துத்தான் படம் எடுக்க முற்பட வேண்டும். கிடைத்ததை வைத்து படத்தை உருவாக்க வேண்டும். இங்குதான் எடிட்டரின் வேலை மிக முக்கியமாகின்றது. ஹிட்ச்காக் ஒரு முறை சொன்னார்: “திரைப்படமெடுக்கும் போது இயக்குநர் தான் கடவுள். ஆனால் ஆவணப்படம் எடுக்கும்போது கடவுள் தான் இயக்குநர்”. அது மட்டுமல்ல. நம் நாட்டில் காட்டில் படமெடுப்பதற்கு ஆயிரத்தெட்டு சட்டதிட்டங்கள் உண்டு. *டிஸ்கவரி சேனல், நேஷ்னல் ஜியாக்ரஃபிக்* போன்ற ஒளியலை வரிசைகளில் எப்போதும் ஆப்பிரிக்க காட்டுயிர் பற்றிய படங்களையே காட்டிக்கொண்டிருப்பதற்கு இதுதான் காரணம். காட்டுயிர் படம் எடுப்பவர்கள் இந்தியாவிற்கு வரத் தயங்குகின்றார்கள்.

இப்படத்தின் தயாரிப்பாளர் குனீத் மோங்கா, *லன்ச் பாக்ஸ்* (2013), *மசான்* (2015) போன்ற சிறப்பான படங்களை தயாரித்தவர். கான்

The Elephant Whisperers இயக்குநர், தயாரிப்பாளர்

திரைப்பட விழாவில் இந்தப்படங்கள் பங்கெடுத்திருக்கின்றன. ஊட்டியில் வாழும் இயக்குநர் கார்த்திகி கோன்சால்வஸுக்கு இதுவே முதல் படம். சினிமாவுடன் நல்ல பரிச்சயம் உள்ளவர் என்பது தெரிகின்றது. சினிமாவின் சாத்தியக்கூறுகளை உணர்ந்திருக்கின்றார். திரையின் மூலம், காட்சிப் படிமங்கள் மூலம், பார்வையாளர்களுக்கு ஒரு விழிப்புணர்வைத் தர முடியும் என்பதைக் காட்ட இப்படம் நல்ல எடுத்துக்காட்டு.

□ காலச்சுவடு, 2023

சில திரைப்படங்கள்

குதிரைவால்:
ஒரு மாய யதார்த்தவாத படைப்பு

புலன்களை மீறிய மாய அனுபவங்களை யதார்த்தத்துடன் சித்தரிப்பது போலவே, துல்லியமான தகவல்களுடனும் காட்சித் தன்மையுடனும் சித்தரிக்கும் எழுத்துமுறை, அதாவது யதார்த்தத்தில் மாயமும் கலப்பது. இவற்றில் சொல்லப்படும் மாயங்கள் மனத்திரிபுகளோ மூடநம்பிக்கைகளோ அல்ல. அவை குறியீட்டுத் தன்மை கொண்டவை. 1940களில் கியூப எழுத்தாளரான அலெஜோ கார்பெந்தியர் (Alajo Caprentier) என்பவரால் உருவாக்கப்பட்ட சொல்லாட்சி இது. (ஜெயமோகன், நவீன தமிழிலக்கிய அறிமுகம் 1995)

பன்னாட்டு இலக்கியத்தில் மாய யதார்த்தவாத* பாணியில் எழுதியவர்களில் பிரசித்தி பெற்றவர் காபிரியேல் கார்சியா மார்கோஸ். அவர் எழுதிய *தனிமையின் நூறாண்டுகள் (1967)* இந்த பாணியைச் சார்ந்தது. இலக்கியத்தில், அச்சு ஊடகத்தில், இப்படி பல வகைகள் இருப்பது போல சினிமாவிலும் உண்டு. நாளிதழைச் செய்திப் படங்களுக்கு (newsreel) ஒப்பிடலாம். நாற்பதுகளிலும் ஐம்பதுகளிலும் இவை திரையரங்குகளில் கதைப்படம் தொடங்கும் முன் காட்டப்பட்டன. கட்டுரைகளுடன் ஆவணப் படங்களை ஒப்பிடலாம்; கவிதைகள்கூட காட்சி பிம்பங்களுடன் கவனிப்பு பெற்றிருக்கின்றன. ரகுமானின் 'வந்தே மாதரம்' ஓர் எடுத்துக்காட்டு.

ஆனால் திரைப்படம் என்றால் நேர்க்கோட்டில் சொல்லப்படும் ஒரு கதை என்ற எண்ணம் நம் பொதுப்புத்தியில் உறைந்து

* மாய யதார்த்தவாதம் (Magical Realism)

விட்டது. சினிமாவின் சாத்தியக்கூறுகளைப் பற்றி, அதன் வேறு பரிமாணங்களைப்பற்றி நாம் சிந்திக்க தருணங்கள் இல்லை. இதற்கு அடிப்படை காரணம் சினிமாவைப் பற்றி எந்தப் பள்ளியிலும் கல்லூரியிலும் போதிப்பது இல்லை. இசை போதிக்கப்படுகின்றது. நடனம் கூட இடம் பெறுகின்றது. சினிமாவிற்குத்தான் இடம் இல்லை.

ஒரு படத்தைப் பார்த்து விட்டு "இந்தப்படம் எனக்கு புரியவில்லை" என்று சொல்பவர்கள் உண்டு. புரியாமல் இருக்கலாம். ஆகவே இந்தப்படம் தரத்தில் தாழ்ந்தது என்று என்ற முடிவுக்கு வர முடியாது. எனக்கு பாரதியின் 'குயில் பாட்டு' புரியவில்லை என்றால் அது எனது பிரச்னை. அந்த படைப்பினுடையதோ, படைப்பாளியுடையதோ அல்ல. சினிமா என்றால் அது எல்லோருக்கும் எளிதில் விளங்கக்கூடிய ஓர் ஊடகம் என்ற தவறான கருத்து நம்முள் பலரிடம் பதிந்திருக்கின்றது. இதற்கு ஒரு காரணம் நாம் சினிமாவை, அது தோன்றியதிலிருந்து, புலனளவில் மட்டுமே அணுகியிருக்கின்றோம். அதைத் தாண்டி சென்றதில்லை. இதை ஒரு கல்லூரியில் நான் சொன்ன போது "சினிமா ஒரு mass communication அல்லவா. அது எல்லாரும் விளங்கிக்கொள்வது போல் இருக்க வேண்டாமா?" என்ற கேள்வி எழுந்தது. Mass communication என்றால் எல்லா வெகுமக்களுக்கு (mass) விளங்க வேண்டும் என்ற பொருளல்ல. பலருக்கு ஒரே சமயத்தில் சென்றடைய கூடிய கலைப்படைப்பு என்று தான் பொருள். வானொலி, தொலைக்காட்சி போல, தொழில் நுட்பத்தால் இது சாத்தியமாகின்றது. இரண்டாவது, சினிமா என்பது ஒரு பொழுதுபோக்குத்தான் என்ற எண்ணமும் பலர் மனதில் வேரூன்றி இருக்கின்றது. இந்த இரண்டு கருத்தாக்கங்களுமே நாம் சினிமாவைத் தீர்க்கமாக எதிர்கொள்வதற்குத் தடையாயிருக்கின்றன.

தமிழ் சினிமா வரலாற்றில் மாய யதார்த்தவாதம் என்ற பெயரை அறியாமலேயே அதுபோன்ற படங்களை நாம் உள்வாங்கியிருக்கின்றோம். அவைகளை அனுபவித்துப் பார்த்திருக்கின்றோம். அவை நம் வெகுமக்கள் கலாச்சாரத்தின் ஒரு பகுதியாயிருக்கின்றன. தமிழ்நாட்டில் திரைப்படம் உருவாகி முதல் முப்பது ஆண்டுகள் வந்த புராணப் படங்கள் எல்லாமே இந்த மாதிரியானவை தான். அமானுஷ்யமான

காட்சிகள், நிகழ்வுகள் நிறைந்தவை. மேக மண்டலத்திலிருந்து நாரதர் பாடிக்கொண்டே வருவார். காட்டில் அரக்கர் திடீரென தோன்றுவர். உடன் மறைவார்கள். ரிஷி 'பிடி சாபம்' என்றவுடன் ரிஷிபத்தினியைக் கண்ணோட்டம் விட்ட ராஜகுமாரன் நாயாக மாறி விடுவான். இப்படியான 'மாஜிக்' காட்சிகளை நமது தொன்மக் கதைகளில் நாம் விரும்பிப் பார்த்தோம். எழுபதுகள் வரையிலும் இம்மாதிரி தொன்மம் சார்ந்த படங்கள் வந்தன. *திருவிளையாடல் (1965)* நினைவிற்கு வரவில்லை? ஆனால் இவையாவும் நமக்கு முன்னமே தெரிந்திருந்த கதைகள். ஆகவே பிரச்சனை எழவில்லை.

சில சமூகப் படங்களில் கூட இத்தகைய கூறுகள் இருந்தன *பட்டணத்தில் பூதம் (1967)* நினைவிற்கு வருகின்றது. 2013 இல் வந்த *சூது கவ்வும்* படமும் இவ்வகையே. அதில் கதாநாயகனின் தோழி அவனுடன் எப்போதும் ஒட்டிக்கொண்டு இருப்பார். ஆனால் மற்ற கதை மாந்தர்களின் கண்ணுக்கு அவள் தெரியமாட்டாள். வேறு ஒருவரும் இல்லாத போது அவளும் கதாநாயகனும் பேசிக்கொள்வார்கள் (இதை உணராமலேயே பலர் படத்தை பார்த்து ரசித்தனர்). இந்த ஜோடி எனக்கு பிரசித்தி பெற்ற கேல்வின் - ஹாப்ஸ் கார்டூன் (Calvin and Hobbs) பாத்திரங்களை நினைவூட்டியது. சிறுவன் கேல்வினின் துணிபொம்மை ஹாப்ஸ் என்ற புலி. வேறு யாரும் இல்லாத போது உயிர்பெற்று அவனுடன் பேசி விளையாடும்.

பல வேறு மொழிகளில் மாய யதார்த்த பாணியில் படங்கள் வந்துள்ளன. இந்த பாணியில் உலகப் பிரசித்திபெற்ற படம் டெரன்ஸ் மல்லிக் (Terrence Malick) இயக்கிய *The Tree of Life* (2011). முயற்சி எடுத்து இந்தப் படத்தை பாருங்கள்.

குதிரைவால் படத்தின் நாயகன், ஒரு வங்கி எழுத்தர், ஒரு நாள் காலை தனக்குக் குதிரைவால் முளைத்திருப்பது கண்டு அதிர்கின்றார். காஃப்கா எழுதிய *உருமாற்றம்* (Metamorphosis, 1915) என்ற கதையில் இதே போல தூங்கி எழும் ஒருவன் தான் ஒரு பெரிய வண்டாக மாறிவிட்டதை உணர்கின்றார்.

கதாநாயகன் தன் பிரச்சினைக்கு மாற்றுத் தேட வெவ்வேறு ஆட்களைச் சந்திக்கின்றார். ஒரு பாட்டி, ஒரு பள்ளி ஆசிரியர் மற்றும் ஒரு ஜோசியர். இந்த ஒவ்வொரு நிகழ்வும் ஒரு

குதிரைவால் படத்தில் கலையரசன்

கிளைக்கதை போல் அமைந்துள்ளது. ஒவ்வொரு பாத்திரமும், நடக்கும் இடமும் நுணுக்கமாக சித்தரிக்கப்படுள்ளன. சிறப்பாக, பாட்டியின் குடிசை, அவரது உடல் மொழி கவனத்தை ஈர்க்கின்றன. இயக்குநர் பாத்திரப் பேச்சில் சொற் சிக்கனத்தைக் கையாண்டு பிம்பங்களில் கவனம் செலுத்தியிருக்கின்றார்.

கதை ஒரு மலைக்கிராமத்திற்கு நகர்கின்றது. படமும் வேறு தளத்திற்குப் போகின்றது. கல்வராயன் மலைவெளியில் அமைந்திருக்கும் ஒரு கிராமத்தை சுற்றி நேர்த்தியான பிம்பங்களை ஒளிப்பதிவாளர் உருவாக்கியிருக்கின்றார் பரந்த காமிரா கோணங்கள் மூலம் இந்த கிராமத்தின் இடவமைப்பு நமக்கு உணர்த்தப்படுகின்றது. தூரக்கோணத்தில் அமைந்த சட்டகங்களின் உள்ளே கதைமாந்தர்கள் நடமாடுகின்றார்கள். கதையும் நகர்கின்றது. காமிராவின் அசைவுகள் நம் கவனத்தைச் சிதைக்காமல், மெதுவாக உள்ளன. ஒரு பெண் இந்த மலைவெளியைக் கடந்து ஒரு குடிசைக்குச் செல்லும் காட்சி என் மனதில் நிற்கின்றது. சினிமா மொழி தீர்க்கமாகக் கையாளப்பட்டுள்ளது.

மலைப்பகுதி காட்சிகள் பிரமாதம். ஒரு காட்சியில் பரந்த நிலப்பரப்பில் ஒற்றைக் குதிரை நிற்கின்றது. பொன்னிற வானில் மேலே ஒருபுறம் பிறை நிலா. மறுபுறம் இளஞ்சூரியன். இந்தியக் கலை வரலாற்றில், சிறப்பாக நடுகற்களில், காணப்படும் இந்த

குறியீடுகள் — சந்திரனும் சூரியனும் இருக்கும் வரையில் என — நித்தியத்தைக் குறிக்கும். தமிழ் மக்களின் மனதில் வேரூன்றியுள்ள தொன்மங்கள் — போரை பார்க்க ஆசைப்படும் ராட்சசன் — நம்பிக்கைகள் இவை படம் முழுவதும் விரவிக்கிடக்கின்றன.

இந்தக் கிராமத்தில் ஒரு சிறுமிக்கும் சிறுவன் ஒருவனுக்கும் உள்ள நட்பு சித்தரிக்கப்படுகின்றது அது நட்பிற்குச் சற்று மேலே. ஒரு தருணத்தில் "அங்கு போய் கல்யாணம் கட்டிக்கலாம்" என்பான் அந்தப் பையன். இந்த மாதிரி சிறுவர்களுக்குள் உள்ள ஈர்ப்பு சில தமிழ்ப் படங்களில் காட்டப்பட்டிருக்கின்றது. *தேவதாஸ்* (1953) சட்டென நினைவிற்கு வருகின்றது. அதே போல் *நீங்காத நினைவு* (1963). இந்தக் கிராமத்து சிறுவன் தான் நம் கதாநாயகன் என்று இறுதியில் நமக்கு புலப்படுத்தப்படுகின்றது. (ஆனால் அந்த சிறுமி - சிறுவன் நடிப்பு இயல்பாக இல்லை.)

கிராமம் சார்ந்த காட்சிகளில் கையாளப்படும் *Deep focus* உத்தி பிம்பங்களுக்கு ஒரு நல்ல பரிமாணத்தைத் தருகின்றது. ஒரு குடிசையில் புரட்சி நடிகர் சுவரோவியமாகக் காட்சியளிக்கின்றார். ட்ரான்சிஸ்டரில் செய்தி வாசிப்பவரின் குரலுடன் எம்.ஜி.ஆரின் மரணம் கிராமவாசிகளைப் பாதிப்பது நன்றாக விவரிக்கப்பட்டுள்ளது. ஒப்பாரி, தாலாட்டு, குலவை இவற்றின் பின்னணியில் அந்தக் குக்கிராமத்தின் சாரத்தை இயக்குநர் காட்டுகின்றார். பின்னணி நிஜமாகவே பின்னணியாக இருக்கின்றது. பிம்பங்களை மீறாமல் அடக்கி வாசிக்கப்பட்டுள்ளது.

இப்படத்தில் குதிரை ஒரு முக்கிய குறியீடாக வருகின்றது. முதல் காட்சியிலேயே அது வந்து விடுகின்றது. இந்தப் படத்தில் அடிக்கடி மலையடிவாரத்தில் தோன்றும் குதிரை எனக்கு தார்கோவ்ஸ்கியின் படங்களில் வரும் சேணமற்ற ஒற்றைக் குதிரைகளை நினைவூட்டியது.

இன்று பன்னாட்டு இலக்கியம், உலக சினிமா இவற்றின் பாதிப்பு சில தமிழ்த் திரைப்பட இயக்குநர்களின் படைப்புகளில் பிரதிபலிப்பதை நான் ஒரு வரவேற்கத்தக்க அறிகுறியாகவே பார்க்கின்றேன்.

□ உயிரெழுத்து, ஜூன் 2022

கருப்புதுரை: ஒரு ஒளிக்கீற்று

ஒரு சிந்தனையாளர் சொன்னார், இவ்வுலகத்து மக்களை இருவகையினராகப் பிரிக்கலாம்... சினிமாவை அறிந்தவர்கள் - சினிமாவை அறியாதவர்கள் என்று. கே.டி. (என்கிற) கருப்புதுரை படத்தை உருவாக்கியவர் முதல் ரகத்தைச் சேர்ந்தவர் என்பது, முதல் ஐந்து நிமிடத்தில் அவரது காமிராக் கோணங்கள், ஒளிவீச்சு ஆகியவற்றின் மூலம் தெரிந்து விடுகின்றது. கையில் சுமந்து செல்லப்படும் காமிரா ஒரு குடியானவரின் வீட்டினுள் புகுந்து, சுற்றி, தட்டுபுட்டுச் சாமான்களுடன் குடும்பத்தினரையும், கதைக்களத்தையும் உங்களுக்கு சில நிமிடங்களில் அறிமுகப்படுத்திவிடுகின்றது.

ஒரு திரைப் படைப்பின் தாக்கத்திற்கு அடிப்படை அதன் யதார்த்தம். இதை உணர்ந்திருக்கும் இயக்குனர் மதுமிதா ஒவ்வொரு காட்சியையும் நுணுக்கமாக நிஜத்தன்மையுடன் சித்தரித்துள்ளார். கருப்புதுரை எனும் முதியவரை (மு. ராமசாமி) சுற்றிக் கதை சுழல்கின்றது. மூன்று மாதமாக சுயநினைவிழந்து கோமா நிலையிலிருக்கும் அவரை 'தலைக்கூத்துதல்' மூலம் தீர்த்துக்கட்டி விடலாம் என்று அவரது சொத்திற்காகக் காத்திருக்கும் மூன்று மகன்கள் முடிவு செய்யும் தருணம், நினைவு வந்து அவர் அதை அறிந்து வீட்டைவிட்டு ஓடிப்போகின்றார்.

ஆதரவற்ற, குட்டி எனும் பத்து வயதுப் பையனின் நட்பு முதியவருக்குக் கிடைக்கின்றது. இருவரும் ஊர் ஊராகப் பயணிக்கின்றனர். இவர்களின் பிணைப்பு ஆழமாக, அழகாகக் காட்சிப்படுத்தப்பட்டிருக்கின்றது. வெகு நாட்களுக்கு முன் பார்த்த *On the Golden Pond* (1981) என்ற படத்தில் முதியவர் நார்மனும் (ஹென்றி ஃபான்டா) அவரது பேரனும் தோன்றிய

கருப்பு துரை ராமசாமியும் சிறுவன் விஷாலும்

காட்சிகள் நினைவில் வந்தன. (அந்தத் தரம் என்று கூற வந்தேன். ஹென்றி ஃபான்டாவிற்கும், இயக்குநருக்கும் அந்த ஆண்டு ஆஸ்கார் விருதுகள் கிடைத்தன).

பெருவாரியான காட்சிகள் வெளிப்புற நிகழ்வுகளாகச் சித்தரிக்கப்பட்டுள்ளன. கதை நடக்கும் புறச்சூழலை, இடவமைப்பை துல்லியமாக நிறுவுவது கதையின் நம்பகத்தன்மையைக் கூட்டுகின்றது. விருதுநகர்க்கருகே உள்ள கல்லுப்பட்டி என்ற ஒரு கிராமம் தான் கதைக்களம். தொடுவானத்தில் மேற்குத்தொடர்ச்சி மலை அடிக்கடி காட்சிப்படுத்தப்படுகின்றது. அங்கிருந்து பேருந்து ஒன்றைப் பிடித்து முதியவர் செங்கோட்டை போகிறார். பஸ் டிக்கட் 110 ரூபாய். குற்றாலம் போய் சேர்கின்றார். குற்றாலம் என்றாலும் எந்த அருவியும் காட்டப்படுவதில்லை. க்ளிஷேக்களை இயக்குநர் ஜாக்கிரதையாகத் தவிர்த்திருக்கின்றார். ஆனால் பார்டர் ஷாப் பற்றி பேச்சு வருகின்றது. தென் தமிழ்நாட்டின் வாழ்வியல் அழுத்தமாகப் பதிவு செய்யப்பட்டுள்ளது.

பரந்து விரியும் வயல்வெளிகள், மலைத்தொடர், அருவி, சலசலத்து ஓடும் ஆறு, அவ்வப்போது தூரத்தில் நிலப்பரப்பின் குறுக்கே ஓடும் தொடர்வண்டி, கிராமத்து திருவிழாவின் நிகழ்வுகள், என காட்சிப் படிமங்கள் கண்களுக்கு இதமாகவும், மனதிற்கு அதிர்வு தராமலும், நகர்ந்து அந்தத் தென் தமிழ்நாட்டு கிராமச் சூழலுக்குள் நம்மை இட்டுச்செல்கின்றன. இரண்டு மணி நேரம் அவ்வுலகில் நாம் சஞ்சரிக்கின்றோம். குழந்தைமனம் கொண்ட

ஒரு பெரியவரும், முதிர்ந்த அறிவுடைய சிறுவனொருவனும் ஒன்றாகப் பயணித்து பின் தத்தம் வழி போவது என்று கதையை விவரிக்கின்றார் என் நண்பர் திரை விமர்சகர் டோட்டோ.

இளம்வயது சிநேகிதி வள்ளியை முதியவர் சந்திப்பது படத்தில் ஒரு உன்னதமான தருணம். மனவருத்தங்களற்ற, மகிழ்ச்சியான மீள்சந்திப்பு. படம் பார்ப்போரின் இதய நரம்புகளைச் சுண்டி இழுக்கும் சித்தரிப்பு. இதில் வள்ளியாகத் தோன்றும் பெண்ணின், இயல்பான நடிப்பு நம்மை ஈர்க்கின்றது. வள்ளியும் கருப்புதுரையும் தங்கள் கண்களின் மூலம் கரிசனத்தை பிரதிபலிக்கின்றார்கள் இம்மாதிரியான சந்திப்புகள் சில படங்களில் காட்சிப் படுத்தப்பட்டுள்ளன. சேரனின் ஆட்டோகிராப் உட்பட. சினிமா வரலாற்றில் வெகுவாக அறியப்பட்ட இத்தகைய ஒரு மீள்சந்திப்பு *Wild Strawberries* (1957) படத்தின் 80 வயது நாயகன் தனது இளம்பருவ காதலியை ஒரு பகற்கனவில் காண்பது. அதே போல இந்தப் படக்காட்சியும் உயர்ந்து நிற்கின்றது.

காட்சி பிம்பங்களுக்கு முக்கியத்துவம் தந்து பாத்திரப்பேச்சில் சிக்கனத்தை கையாளுகின்றார் இயக்குநர். எந்தக் கதை மாந்தரும் இரண்டு மூன்று வாக்கியங்களுக்கு மேல் பேசுவதில்லை. காட்சிப் படிமங்களால் கதை லாவகமாக நகர்த்தப்படுகின்றது. காணாமல் போன முதியவரைத் தேடிச்செல்பவர், வெவ்வேறு இடங்களில் தடயங்களைத் தொடர்வது சொற்சிக்கனத்துடன் சொல்லப்படுகின்றது. அதைப் போன்றது சிறுவன் குட்டி, பிரியாணி கடைக்காரரிடம் பேரம் செய்யும் காட்சி. சினிமாவை உயர்த்திப் பிடிக்கின்றது.

அறியப்பட்ட நடிகர்கள் படத்தில் இல்லாததால், கதை மாந்தருக்கும் பார்வையாளருக்கும் இடையே நடிகர்களின் பிம்பங்கள் வருவதில்லை. இது பார்வையாளர்களைக் கதாபாத்திரங்களுக்கு நெருக்கமாக கொண்டு சேர்க்கின்றது. முதியவரின் மகள் செல்வி, சொத்துக்கு ஆசைப்படாமல், அப்பாவை நேசிக்கும் எளிய கிராமத்துப் பெண்ணாக மட்டுமே நம் மனதில் நிலைகொள்கின்றார். முதியவராகத் தோன்றும் மு. ராமசாமியும் சிறுவனாக வரும் நாகவிஷாலும் தத்ரூப நடிப்பால் நம்மை அசத்துகிறார்கள்.

இயக்குனர் மதுமிதா

தோற்றத்திலும் பேச்சிலும் மண்ணில் வேரூன்றியிருக்கும் பாத்திரங்களைப் படைத்திருப்பது பிரமாதம். பாத்திரப்பேச்சு இயல்பாகவும் மண் சார்ந்துமிருக்கின்றது. எல்லாரும் கிராமப்புறத்தில் நாம் அன்றாடம் சந்திப்பவர்கள், துப்பாக்கியைத் தோளில் போட்டு வரும் நரிக்குறவன் போல. யாரும் புனிதராகக் காட்டபடுவதில்லை. முதியவர் கருப்புதுரை. எம்.ஜி.ஆரின் பரம ரசிகர். தண்ணி போடுகின்றார். கஞ்சா அடிக்கும் பழக்கமும் உண்டு. திருநெல்வேலி வட்டார மொழி, அருமையாக அதே ஒலியமுத்தங்களுடன் கையாளப்படுகின்றது. ஒரு டீக்கடையில் முதியவர் “ஒரு கடுங்காப்பி கொடுங்க” என்கின்றார். இப்போது வரும் சில தமிழ்ப் படங்களில் இத்தகைய வட்டார மொழியில் செலுத்தப்படும் கவனம் வரவேற்கத்தக்கது. கருப்புதுரைக்கு பிரியாணி என்றால் உயிர். சொல்லப்போனால் படத்தின் ஒரு முக்கிய பாத்திரம் பிரியாணி. தட்டிலிருந்து ஒரு பகுதியை இலைக்கு தள்ளி அவர் சாப்பிட ஆரம்பிப்பதே ஒரு சடங்கு போல் சித்தரிக்கப்படுகின்றது.

பின்னணி இசை உண்மையாகவே பின்னால்தான் இருக்கின்றது. அதாவது காட்சி படிமங்களை மீறி ஒலிக்கவில்லை. மாறாக, பிம்பங்களுக்கு அழுத்தம் கொடுக்கின்றது. பல காட்சிகள் பின்னணி இன்றி அமைதியில் நகர்வது சுகமாக இருக்கின்றது. இரு சிறு பாடல்கள் அசரீரியாக வருகின்றன. அவை

இருந்திருக்காவிட்டாலும் படத்தின் தாக்கம் குறைந்திருக்காது என்று எனக்குபட்டது.

இப்போது தமிழ்ப் படங்கள் மொழிபெயர்ப்பு வரிகளுடன் (sub-title) வருவது வரவேற்க வேண்டியது. அது மட்டுமல்ல... இந்த அம்சத்தில் ஆழ்ந்த கவனம் செலுத்தப்படுவது தெளிவாகப் புலப்படுகின்றது. இந்தக் கரிசனம் வெளிநாட்டில் வாழும் இந்தியர்களுக்கு மட்டுமல்லாமல் தமிழ்ப் படங்களைப் பல நாட்டு மக்களுக்குக் கொண்டு சேர்க்கும். எடுத்துக்காட்டாக ஆதார் என்ற சொல் Social Security Number என்று, உலகில் எல்லாருக்கும் புரியும்படி மொழி பெயர்க்கப்பட்டுள்ளது. (படத்தை நான் நெட்ஃப்லிக்ஸில் பார்த்தேன்). இருபது ஆண்டுகளுக்கு முன்பே இது மலையாள சினிமாவில் நடந்தது. அங்கு இந்தப் பணியை செய்த கீதா கிருஷ்ணன்குட்டி போன்ற பிரசித்தி பெற்ற மொழிபெயர்ப்பாளர்களின் பெயர்கள் திரையில் காட்டப்பட்டன.

தமிழ் சினிமாவிற்கு நல்லகாலம் பிறக்கின்றது என்பதற்குத் தோன்றும் அறிகுறிகளில் இப்படமும் ஒன்று. சினிமாவின் தனித்துவ அழகியலைத் தூக்கிப்பிடிக்கும் படங்கள் வர ஆரம்பித்துவிட்டன. சூப்பர் டிலக்ஸ் 2019 ஆம் ஆண்டிற்கான நாட்டின் சிறந்த படமாக இந்திய சினிமா விமர்சகர் இணைப்பால் (Federation of Cinema Critics of India) தெரிந்தெடுக்கப் பட்டிருக்கின்றது. இந்திய பனோரமாவில் சென்ற ஆண்டு நான்கு தமிழ்ப்படங்கள் — பாரம் (2018), பரியேறும் பெருமாள் (2018), டு லெட் (2018), பேரன்பு (2018) — இடம் பெற்றிருந்தன இதற்கு முன் எந்த ஆண்டிலும் இத்தனை படங்கள் இந்தியன் பனோரமாவில் இடம் பெற்றதாக எனக்கு நினைவில்லை.

ஒரு கருத்தரங்கில் எது நல்ல சினிமா என்ற கேள்விக்குக் கலை இயக்குனர் சாபு சிறில் சுருக்கமாக ஒரு பதிலளித்தார் "எந்த சினிமா உங்கள் வாழ்வைச் செறிவுள்ளதாக்குகின்றதோ, அது நல்ல சினிமா". சந்தேகமில்லாமல் கருப்புதுரை அந்த தரத்திலிருக்கின்றது.

□ படச்சுருள் 2021

மனுசங்கடா...

நாகப்பட்டினத்தருகே சில ஆண்டுகளுக்கு முன் நடந்த ஒரு சம்பவத்தை அடிப்படையாகக் கொண்டு உருவாக்கப்பட்டது அம்ஷன் குமாரின் *மனுசங்கடா* படம். இதன் தலைப்பு கவிஞர் இன்குலாப் இப்படத்திற்காகவே எழுதிய பாடல் ஒன்றிலிருந்து எடுக்கப்பட்டது. 2017 இல் இந்தியன் பனோரமாவில் இடம் பெற்றது மட்டுமல்லாமல் இப்படம் கெய்ரோ பன்னாட்டுத் திரைப்பட விழாவிலும் பங்கேற்றது. சமூக விழிப்பிற்கு ஒரு திரைப்படம் உதவ முடியும் என்பதற்கு இந்தப்படம் ஒரு நல்ல எடுத்துக்காட்டு.

தலித் முதியவர் ஒருவர் இறந்த பின், அவரது இறுதிச் சடங்குகளை நிறைவேற்ற விடாமல் மேல்சாதியினர் எழுப்பும் பிரச்சினைகளை காட்சிப்படுத்துவதன் மூலம் நம் சமூகத்தில் புரையோடிப்போயிருக்கும் சாதி வெறுப்புணர்வை இந்த திரைப்படம் நம் கவனத்திற்கு கொண்டு வருகின்றது. இந்த பிரச்சினை இன்னும் தமிழகத்தின் பல கிராமங்களில் தலை தூக்குகின்றது என்ற பின்புலத்தில் இதை நாம் பார்க்க வேண்டும்.

சினிமாவின் ஒரு பரிமாணம் ஒரு ஆவணமாக செயல்படக்கூடும். சமூக அவலமொன்றைச் சுற்றி சிரத்தையுடன் உருவாக்கப்பட்ட ஒரு படம் அந்தக் காலகட்ட நிலையை பிரதிபலிப்பதன் மூலம் ஒரு ஆவணமாகின்றது. மனுசங்கடா அவ்வாறான ஒரு படைப்பு. 21 ஆம் நூற்றாண்டின் ஆரம்பத்தில் தமிழகக் கிராமமொன்றில் தலித்துகள் எதிர்கொண்ட இன்னல்கள், அதில் அரசு அதிகாரிகளின் நிலைப்பாடு, சட்டம் இருந்தாலும் அது செயல்படாத தன்மை ஆகியவற்றை இப்படம் துல்லியமாக பதிவு செய்கின்றது.

அம்ஷன் குமார்

மக்களின் கலாச்சார, சமூக மரபுகள் அழுத்தமாகப் பதிவு செய்யப்படுவதை அம்ஷன் குமாரின் படங்களில் காணலாம். இது அவரது பாணி என்பதை ஆடு வளர்த்து பிழைப்பவர்கள் பற்றிய கதையான இவரது ஒருத்தி (2003) படத்தில் நான் கவனித்தேன். ஒரு திரைப்பட விழாவில் அந்தப்படம் இனக்குழுவியல் பகுதியில் திரையிடப்பட்டது. மனுசங்கடாவிலும் இத்தகைய பதிவுகளைக் காண முடிகின்றது. ஒருத்தியிலும் சாதிப் பிரச்சனை வருகின்றது. ஆனால் மனுசங்கடாவில் அந்த கரிசனம் தான் படம் முழுவதும் விரவியிருக்கின்றது. தலித் சமூகத்தில் இறப்புச் சடங்குகளை காட்டுகின்றார். கோலப்பனின் தாயார் ஒப்பாரி வைத்து அழும் காட்சி மனதில் பதியும் ஒன்று. ஒப்பாரியின் வரிகள் அழுத்தமாகத் தொனிக்கின்றன. இழவு வீட்டில் ஆடும் ஆட்டமும் காட்டப்படுகின்றது.

இது ஒரு யதார்த்த பாணி படம். ஒரு கருத்து படத்தின் மூலம் மக்களைச் சென்றடைய வேண்டுமானால் அதன் தாக்கம் ஆழமானதொன்றாக அமைய வேண்டும். படத்தில் நம்பகத்தன்மை இருந்தால் அதன் தாக்கமும் தீர்க்கமாக இருக்கும். அதாவது படைப்பு யதார்த்த பாணியில் இருக்கும் போது, திரைப்படம் ஒன்றை பார்க்கிறோம் என்ற உணர்வு எழாமல், கதாபாத்திரங்களின் உணர்வுகளுடன் பார்வையாளர் ஒன்றிப்போவது நல்ல சினிமா அனுபவமாக அமைகின்றது. அது பொழுதுபோக்கு சினிமாவாக நீர்த்துப்போகாது. அம்ஷன் குமார் அந்த நம்பகத்தன்மையில் அதிகக் கவனம் செலுத்தியிருக்கின்றார்.

கிராமப் பின்புலத்தில் கதையைப் படமாக்கியிருக்கின்றார். எந்த விதமான செயற்கை உருவாக்கமுமில்லை. அரசு எந்திரத்தின் கருணையற்ற அணுகுமுறை, அங்கு வேரூன்றியிருக்கும் சாதி வேறுபாடு இவற்றின் மத்தியில் அல்லலுறும் தலித் மக்கள் ஆகியன வெகு யதார்த்தமாக காட்சிப்படுத்தப்பட்டுள்ளன. இத்தகைய ஆழமான யதார்த்தம் இல்லையென்றால் ஒரு திரைப்படத்தை பார்த்துக் கொண்டிருக்கின்றோம் என்ற உணர்வே பார்வையாளர்களிடம் மேலிட்டிருக்கும். காமிராவை கையில் பிடித்தபடி (ஸ்டாண்ட் இல்லாமல்), மின்விளக்குகள் இன்றி சுற்றுப்புற ஒளியிலேயே ஒளிப்பதிவாளர் படமாக்கியிருக்கின்றார். இதுவும் யதார்த்தத்தைக் கூட்டுகின்றது.

இந்தப்படத்தைப் பார்த்து முடித்தவுடன் நான் கல்லூரியில் படித்துக்கொண்டிருந்த போது பார்த்த பிரபல இயக்குனர் ஃப்ரெட் ஜின்னமன் இயக்கிய ஹை நூன் (High Noon, 1952) என்ற படம் என் நினைவில் வந்தது. ஏனென்று யோசித்துப் பார்த்தேன். படத்தின் ஆரம்பத்திலேயே அதன் அடிப்படை பிரச்சனையை இயக்குநர் தாமதம் செய்யாமல் காட்டிவிடுகின்றார். பின்னர் கடைசிவரை, சற்றும் தொய்வில்லாமல் கதை இறுக்கமாக சொல்லப்பட்டு ஒரு உச்சத்தில் முடிகிறது. கதை நடக்கும் நேரத்தையே படமும் எடுத்துக்கொள்கின்றது (In real time) மனுசங்கடாவும் அது போலத்தான். எந்தவிதமான கவனச் சிதைவும் இல்லை. முதல் காட்சியிலிருந்து திரைக்கதையின்

ஷீலாவும் கதாநாயகன் கதிரும்.

குவிமையம் மாறவேயில்லை. படத்தின் அடிநாதமாக உள்ள சாதிக்கொடுமை, அதைப் பற்றிய கரிசனம் ஒவ்வொரு காட்சியிலும் தெரிகின்றது.

ஒரு சினிமா படைப்பாளியின் சமூக அக்கறைகள் அவரது படத்தில் வெளிப்படும். அந்த அக்கறையின் பிரதிபலிப்பைக் காமிரா கோணங்களில் கூட காணலாம். மனுசங்கடா அதற்கு நல்ல எடுத்துக்காட்டு. காட்சிப் படிமங்களுக்கு முன்னுரிமை தரும் இயக்குநர் சொற் சிக்கனத்தைக் கடைப்பிடிக்கின்றார். பாத்திரப் பேச்சு மிகக்குறைவாக இருக்கின்றது. அதே போல் ஒலி அடக்கி வாசிக்கப்பட்டிருக்கின்றது. சில காட்சிகள் எந்தவித வசனமுமில்லாமலே நகர்கின்றன. இயக்குனர் அம்ஷன் குமார் சினிமா ரசனையில் ஈடுபாடு கொண்டவர். சினிமாவின் சாத்தியக்கூறுகளை அறிந்தவர். சினிமா அழகியலில் எந்த விதமான சமரசமும் செய்து கொள்ளாதவர்.

அம்ஷன் குமாரின் படங்களில் பெண் பாத்திரங்கள் உறுதிமிக்கவர்களாகத் தோன்றுவார்கள். இதிலும் கோலப்பனின் தாயாரும் (சந்திரா), ரேவதியும் (ஷீலா ராஜ்குமார்) தனித்து நிற்கின்றார்கள். நடிப்பவர்களில் பலருக்கு மேடை நாடகப் பின்புலம் இருந்தாலும் அவர்கள் மேடைக்கும் திரைக்கும் உள்ள வேறுபாட்டை நன்கு புரிந்து கொண்டு பணியாற்றியிருக்கின்றார்கள். படத்தின் இயக்குநரும் மேடை ஆர்வத்துடன் தொடங்கியவர்தானே. இப்படத்தில் முக்கிய பாத்திரம் ஏற்று நடித்திருக்கும் ராஜீவ் ஆனந்த்தும், பாத்திரத்தை உணர்ந்து நடித்திருக்கின்றார்.

இப்படத்தின் வசனம் நூலாக வருவது மகிழ்ச்சி. இது ஒரு இலக்கிய படைப்பல்ல என்பதை மனதில் கொள்ள வேண்டும். படமாக்கப்பட்ட முறையை விளக்கும் shooting script. ஆனால் ஒரு நல்ல சினிமா எவ்வாறு உருவாக்கப்படுகின்றதென்று வாசகர் விளங்கிக்கொள்ள முடியும். இது சினிமா ரசனையை மேம்படுத்தும் நூல்.

□ மனுசங்கடா, சொல்லேர் வெளியீடு 2023

காக்கா முட்டை

வெகு நாட்கள் கழித்து ஒரு படத்தைப் பற்றி அதுவும் தமிழ்ப் படத்தைப் பற்றி பேசக்கூடிய விவாதிக்கக் கூடிய சந்தர்ப்பம் நமக்கு கிடைத்திருக்கிறது. அது இந்த காக்கா முட்டை திரைப்படம் வாயிலாக ஏற்பட்டிருக்கிறது. இந்தப் படத்தினைப் பார்க்கிற பொழுது அதன் மேல் நமக்கு மிகப்பெரும் தாக்கம் உண்டாகிறது. தாமரை இலை மேல் தண்ணீர் போல இப்படம் நம் நினைவிலிருந்து நீங்கிப் போவதில்லை.

இப்படி என்னென்ன உத்திகளால் இந்தத் தாக்கத்தை அந்த இயக்குநர் உண்டாக்குகிறார் என்பது குறித்து இங்குப் பகிர்ந்து கொள்ளலாம் என்று நினைக்கிறேன். முதலாவது இந்தப் படத்தை இயக்குநர் காட்சிப்பூர்வமாக அணுகுகிறார். இந்தப் படத்தின் ஆதார சுருதியே காட்சிப் படிமங்கள் தான். இந்த காட்சிப் படிமங்களில் எல்லாவிதமான கோணங்களையும் அந்த இயக்குநர் பயன்படுத்துகிறார். உதாரணமாக, ஒரு காட்சியை மட்டும் இங்கு விவரிக்கின்றேன். மரத்தின் உச்சியில் ஒரு கூடு. காக்கா கூடு. அந்தக் கூட்டில் பச்சை நிறத்தில் மூன்று முட்டைகள். காக்கா முட்டைகள் பச்சை நிறத்தில் தான் இருக்கும். அதனையும் சரியாகத் தேர்ந்தெடுத்திருக்கிறார். அதற்குக் கீழே பெரிய பையன் நின்று கொண்டிருக்கிறான். அதற்கும் கீழே தரையில் சின்ன பையன் நின்றுகொண்டிருக்கிறான். இந்த மூன்றும் ஒரே சட்டகத்திற்குள் அடங்குகிறது. இதன் மூலம் அவர்கள் என்ன செய்கிறார்கள், எப்படிச் செய்கிறார்கள் இந்த இரண்டு சிறுவர்களும் எப்படி வாழ்கிறார்கள் என்பதை படம் தொடங்கி சிறிது நேரத்திற்குள்ளாகவே காண்பித்து விடுகிறார்கள்.

அது போல பல அண்மைக்காட்சிகள், அதுவும் extreme close up என்று சொல்லக்கூடிய மிக அண்மைக்காட்சிகளை அமைத்து அந்த தாக்கத்தைக் கூட்டுகிறார். இதற்கு ஓர் உதாரணம் சொல்ல வேண்டுமெனில் இந்த இரண்டு பையன்களும் மதுபானக் கடையிலிருந்து ஒருவனை வண்டியில் இழுத்து வந்து காய்லாங்கடையில் ஒப்படைக்கிறார்கள். உடனே அங்கிருந்த அவன் மனைவி ஒரு பத்து ரூபாய் நோட்டை இரண்டு சிறுவர்களிடமும் தருவாள். ஆனால் அவள் வாய் திறந்து 'இந்தா பத்து ரூபா' என்று சொல்லவில்லை. "இத வாங்கிக்கோ" என்றுதான் சொல்வாள். அவள் சொல்கிறபொழுது அந்த பத்து ரூபாய் நோட்டை மிக அண்மைக்காட்சியில் காட்டியிருப்பார்கள். அந்த பத்து என்கிற எண் கூட பார்வைக்குக் கிடைக்கும். இந்தக் காட்சியின் மூலம் அடுத்த காட்சியில் இன்னொரு ஆளைக் கொண்டு வந்துவிட இருபது ரூபாய் கேட்கப்போகிறார்கள் என்பது தெரியும். இப்படி பல கோணங்களில் அந்தப் படத்தைக் காட்சிப்படுத்தியிருப்பதற்கு அவரும் ஓர் ஒளிப்பதிவாளராக இருப்பது முக்கியக்காரணம். அப்படி இல்லாதவர்கள் கூட இந்த மாதிரியாக காட்சிப் படிமங்களைக் கையாளலாம். ஆனால், இவர் சென்ஸிட்டிவ் ஒளிப்பதிவாளராகவும் இருந்திருக்கிறார். நல்ல ஒளிப்பதிவாளர்கள் மிகுந்த உன்னத படங்களை எடுத்த வரலாறு நம் நாட்டிலேயே இருக்கிறது. தமிழகத்தை எடுத்துக்கொண்டால் பாலு மகேந்திரா. ஒரியாவில் ஏ.கே. பிர், மலையாளத்தில் ஷாஜி கருண் இப்படி பலர் ஒளிப்பதிவாளர்களாகப் பயிற்சி பெற்று அதன் பின்னர் சிறந்த பல படங்களைக் கொடுத்திருக்கிறார்கள்.

காக்கா முட்டை திரைப்பட இயக்குநர் மணிகண்டனுக்கும் இப்படி காட்சிப் படிமங்களில் கதையை நகர்த்துவது கைவந்த கலையாக இருக்கிறது. ஒவ்வொரு சட்டகத்திற்குள்ளும் நிறைய தகவல்களையும் அடக்குகிறார். ஒரு சாதாரண இயக்குநர் இரண்டு மணிநேரத்தில் உங்களுக்கு படமாக காட்டுவதைப் போல பல மடங்கு உள்ளடக்கத்தை இவர் இரண்டு மணிநேரத்தில் காட்டுகிறார். இதற்கு முதலில் அந்த இரண்டு சிறுவர்களின் குடும்பம் என்ன விதமான சூழலில் வசிக்கிறார்கள் என்பதை ஆரம்பத்திலேயே மிக விளக்கமாகக் காண்பிக்கிறார். ஒரு உயர்ந்த இடத்தில் காமிராவை வைத்து அந்த இடத்திலிருந்து நகர்ந்து அந்த மாம்பலம் மேம்பாலத்தையும் காட்சிக்குள் கொண்டுவருகிறார். இங்கு தான் இவர்களின் வாழ்க்கை நடக்கிறது என்பதைக்

இரு சிறுவர்கள்

காண்பித்துவிட்டு அதற்குப் பின்பு இந்தக் கதை தொடங்குகிறது. பல புகழ்பெற்ற படங்களில் பார்த்திருந்தால் இந்த உத்தியை அவர்கள் கைப்பற்றியிருப்பார்கள். அதாவது முதலில் அவர்கள் வசிக்கிற இடத்தைக் காண்பித்துவிட்டால் நம் மனதிற்குக் கதை எங்கு நடக்கிறது என்பது நன்றாகத் தெரியும். அவர்கள் எங்கிருந்து எங்கு செல்கிறார்கள் என்பதெல்லாம் சுலபமாக கண்டறிந்துவிடலாம்.

படத்தொகுப்பு அவருக்கு சந்தேகமில்லாமல் கை கொடுத்திருக்கிறது. எந்தப் பிம்பத்திற்குப் பின்னால் எந்தப் பிம்பம் வரவேண்டும். எந்தப் பிம்பம் எவ்வளவு நேரம் இருந்தால் படம் பார்க்கிறவர்களுக்குத் தாக்கம் ஏற்படும் என்கிற மாதிரியான காட்சிகளுக்கெல்லாம் அவர்கள் மிகவும் யோசித்து எடுத்திருக்கிறார்கள். ஒரு பிளாஸ்டிக் பையில் தண்ணீரைப் பிடித்து வந்து பாட்டிக்குக் குளிக்க கொண்டு வந்து கொடுப்பார்கள். இதுபோல படத்தில் குறிப்பிட வேண்டிய காட்சிகள் பல உள்ளன. இந்தக் காட்சிகளின் மூலம் படத்தில் மிகவும் அடர்த்தியாக, நிறைய செய்திகள் சொல்லப்பட்டிருக்கின்றன. போகிற போக்கில் பாட்டியின் இளவயது போட்டோ ஒன்று தொங்கவிடப்பட்டிருக்கும். இப்படிக் காட்சிப் படிமங்களை அதிகமாக பயன்படுத்தியிருந்ததால் அவர் வார்த்தைகளை அதிகம் தவிர்த்திருக்கிறார். இதைத்தான் கவனிக்கவேண்டும். அவர்கள் வீடு பாலத்திற்குப் பக்கத்தில் இருக்கிறது என்று

யாரும் சொல்லவில்லை. ஆனால், அவர்கள் வீடு பாலத்திற்குப் பக்கத்தில் தான் இருக்கிறது என்பதைக் காண்பிக்கிறார்கள்.

பொதுவாக இந்த மாதிரியான படங்களைப் பார்த்துப் பழகியிருக்காதவர்கள் படம் பார்த்தாலும் கதை அவர்களுக்குத் தடையேதுமின்றி புரியும் விதமாகத்தான் இருக்கிறது. சொல்கிற காட்சிப் படிமங்கள் கதை நகர்விற்கு இடையூறு இல்லாமல் பயன்படுத்தப்பட்டிருக்கிறது.

உள்ளடக்கத்தைப் பற்றி சொல்லவேண்டுமானால், மனதை நெருடுகிற மாதிரியான ஒரு கருத்தை, நான் எவ்வளவு பெரிய கருத்தைச் சொல்கிறேன் பார் என்றெல்லாம் சொல்லாமல், மிகவும் எளிமையாக சொல்கிறார் இயக்குநர். there is great beauty in understatement. பொதுவாக வாழ்க்கையிலும், சிறுகதையிலும், சினிமாவிலும், மாமியாருக்கும் மருமகளுக்கும் ஒரு தகராறு, பிரச்சனை என்றுதான் பதிவு செய்யப்பட்டிருக்கும். ஆனால், இந்தப் படத்தில் மாமியாருக்கும், மருமகளுக்கும் இடையேயான நெருக்கத்தைக் காண்பித்திருக்கிறார்கள். இது மனித வாழ்விற்கு மிகப்பெரும் நம்பிக்கையைக் கொடுக்கிறது. அதே மாதிரி அடிக்காத அம்மா இந்தப் படத்தில் இருக்கிறார். "நான் அடிக்கக்கூடாதுனு பாலிசி வச்சிருக்கேன்" என்று அந்தப் பெண் சொல்வாள். இது மிகவும் முக்கியமான விஷயம். குழந்தைகள் நம்மைத் திருப்பி அடிக்க முடியாது என்ற காரணத்திற்காக அவர்களை நாம் அடிக்கிறோம். பெரியவர்களை நாம் அடிப்போமா?. ஆனால், குழந்தைகளை அடிப்பதை நம் கலாச்சாரம் அனுமதிக்கிறது. வாத்தியார் என்றால் கையில் ஒரு பிரம்போடுதான் படம் போடுகிறார்கள்.

இப்படியான சூழலில் வறுமையில் வாடுகிற ஒரு பெண், நிறைய பிரச்சனைகளையும், மன அழுத்தங்களையும் சுமந்துகொண்டிருக்கிற ஒரு பெண் "நான் அடிக்கக் கூடாதுங்கிற ஒரு பாலிசி வச்சிருக்கேன்" என்று சொல்வது மனதைத் தொடும் காட்சியாக இருக்கிறது. அதன் தொடர்ச்சி தான் இறுதி காட்சியில் போலீஸ் வந்துவிடுவார் என்று சிறுவர்கள் ஓடுவார்கள். ஆனால், அவர்கள் அம்மாவைப் பார்த்தவுடன் உடனே அவளிடம் ஓடிவருகிறார்கள். ஏனென்றால் அம்மா அடிக்கமாட்டாள் என்பது தெரியும். பொதுவாக வாழ்க்கையில்

ஐஸ்வர்யா ராஜேஷ்

இந்த மாதிரியான சந்தர்ப்பங்களில் அந்தச் சிறுவர்களை அடித்திருப்பார்கள். விழுந்த குழந்தையைக் கூட அடிக்கிற ஆட்கள் தான் நாம். ஆனால், இந்தப் பெண் அந்தச் சிறுவர்களை அணைத்துக்கொள்கிறாள். ஒரு காட்சியை எவ்வளவு நேரம் காட்ட வேண்டும், எப்படி முடிக்கவேண்டும் என்பதையெல்லாம் இந்த இயக்குநர் மிகப்பிரமாதமாகக் கையாள்கிறார்

இயல்பு வாழ்க்கையில் நாம் எப்படி ஒரு கேள்விக்கான பதிலை யோசித்து அடைவோமோ, அதே போலத்தான் இந்தப் படத்திலும் சில கேள்விகள் எழுகிறது, ஆனால் அதற்கான பதிலை உடனே சொல்லாமல், படம் போகிற போக்கிலேயே பதில் கிடைக்கிறது. இதுதான் இயல்பு. அந்தப் பழரசத்திற்கும், இந்தச் சின்னப் பையன்களுக்கும் நடக்கிற உரையாடலை நீங்கள் பார்க்கலாம். சொற் சிக்கனத்திற்கு மிகவும் கவனம் கொடுத்து எழுதியிருக்கிறார்கள். ஒரு வார்த்தை கூட அநாவசியமாக இல்லை. ஒரு வார்த்தை கூட தேவையில்லாமல் இடம்பெறவில்லை. ஒரு வார்த்தை கூட கதை நகர்விற்காக எழுதப்படவில்லை. அந்த மாதிரியாகக் கச்சிதமாக வசனங்களைப் பயன்படுத்தியிருக்கிறார்கள். அன்றாட வாழ்க்கையில் பேசுவது போல பயன்படுத்தியிருக்கிறார்கள். அவர்கள் பேசுகிற பாத்திரப்பேச்சு. காலங்காலமாகவே அவர்கள் பேசுகிற மெட்ராஸ் பாஷையை சினிமாவில் கிண்டல் பண்ணுவதற்கும், நக்கல் பண்ணுவதற்கும் கீழ் மக்கள் என்பதைக்

காட்டுவதற்கும், ரௌடிகள் என்பதைக் காட்டுவதற்காகவும் தான் பயன்படுத்தியிருக்கிறார்கள். இலக்கியத்தில் இதற்கென்று ஒரு மரியாதையைப் பெற்றுத் தந்தது எழுத்தாளர் ஜெயகாந்தன். அதுபோலவே இந்தப் படத்தில் அந்தப் பேச்சுக்கு கொடுக்க வேண்டிய மரியாதையையும், இதுவும் மக்களின் பேச்சுதான் என்பதை இயக்குநர் மிக அருமையாக காண்பித்திருக்கிறார்.

படத்தின் தொடக்கத்திலேயே வருகிற முதல் வார்த்தையைக் கவனிக்க வேண்டும், "இன்னா சொல்றான் இந்த வக்கீலு" என்று அழுத்தமான சென்னை மொழியில் பாட்டி பேசுவதோடு இந்தப்படம் ஆரம்பிக்கிறது. இது மாதிரியான விளிம்புநிலை மக்களின் வாழ்க்கை எப்படியிருக்கிறது. அதன் அவலம் என்ன? என்பதை இந்தப் படம் காட்டுகின்றது. சரி, இந்த நிலை எப்போது மாறும் என்று கேட்டால் அதெல்லாம் எனக்குத் தெரியாது, ஆனால் அவர்கள் வாழ்க்கை இப்படித்தான் இருக்கிறது, இதற்கு நாம் என்ன செய்யப்போகிறாம்? என்ற கேள்வியோடு அந்தப்படம் முடிகிறது.

காக்கா முட்டை தொடர்பாக சில இடங்களில் வருகிற விளம்பரங்களில் "feel good movie" என்று விளம்பரம் செய்கிறார்கள். ஆனால் இந்தப்படம் feel good movie என்பதைக் கடந்தும் யோசிக்க வேண்டிய பெரிய பெரிய கேள்விகளை நம் மனதில் எழுப்புகிறது. இதுதான் இந்தப் படத்தின் முக்கியமான விஷயம். இன்னொரு முக்கியமான விஷயம் casting. ஒரு கதாபாத்திரத்திற்கு ஏற்ற உருவம் கொண்டவர்களை, ஒரு கதாபாத்திரத்திற்கு ஏற்ற உடல் மொழி கொண்டவர்களை எடுத்து அந்தக் காட்சியில் நடிக்கவைப்பது. இது மிகவும் முக்கியமான விஷயம். அதனால்தான் பெரிய விருது பெற்ற படங்களில் கூட யார் casting செய்தார் என்பதையும் சொல்வார்கள். இந்த casting நல்லாயிருக்கு, என்று நிமிர்ந்து உட்கார்ந்து பார்த்த படம் காதல். இப்பொழுது காக்கா முட்டை.

மணிகண்டன் சினிமாவை நன்றாக புரிந்து வைத்திருக்கிறார். இதுதான் சினிமா; இது நம் கையில் இருக்கிறது என்று ஒரு படம் எடுத்தும் காட்டியிருக்கிறார். இது அவர் பிம்பங்களைப் பயன்படுத்துகிற விஷயத்திலும், ஒலியைப் பயன்படுத்துகிற விஷயத்திலும் தெரிகிறது. இந்த ஒலியைப் பற்றி தமிழ்

இயக்குநர் மணிகண்டன்

சினிமாவில் யாரும் கண்டுகொள்வதில்லை. தூரத்தில் ஒருவன் போய்க்கொண்டிருப்பான் அவன் பேசுவது பக்கத்தில் பேசுவது போலக் கேட்கும். இந்த இரண்டு சிறுவர்களும் அண்மைக்காட்சியில் பேசுகிற பொழுது ஒலியானது அண்மையிலும், ரயில்வே ட்ராக்குகளில் அவர்கள் பேசுகிற காட்சியில் வசனம் தூரத்தில் இருந்து ஒலிப்பது போலப் பயன்படுத்தியிருக்கிறார்கள். ஒலியின் முக்கியத்துவத்தை நம் தமிழ் சினிமாவும் புரிந்துகொள்ள இது ஒரு நல்ல துவக்கத்தை ஏற்படுத்தித் தந்திருக்கிறது.

முன்பே குறிப்பிட்டது போல படத்தொகுப்பின் எந்தவொரு இடத்திலும் சிறு நெருடல்கள் கூட இல்லாத அளவிற்கு கிஷோர் அருமையாகச் செய்திருக்கிறார். நீரோடை போல இந்தக் கதை ஓடுவதற்கு அவரது உழைப்பும் பெரும்பங்கு வகித்துள்ளது. ஒரு காட்சிக்குப் பின்பாக இந்தக் காட்சிதான் வரும் என்று பொதுவாக படம் பார்ப்பவர்களுக்கு ஒரு எதிர்பார்ப்பு இருக்கும். இந்த எதிர்பார்ப்புகள் குறைக்கப்பட்டிருக்கிறது. படத்தின் இறுதியில் இன்ஸ்பெக்டர் கதாபாத்திரமாக வருகின்ற முத்துராமன் அருமையான நடிப்பை வெளிப்படுத்தியிருக்கிறார். பீட்ஸா முதலாளிகளிடமிருந்து பணம் எல்லாம் கூட வாங்குகிறார். ஆனால், இறுதியில் பார்த்தால் அவர் தான் அந்த சிறுவர்களை பீட்ஸா சாப்பிடும் நிகழ்ச்சிக்கு அழைத்துவருகிறார்.

அதைப்போல இரண்டு சிறுவர்களும் ஒரு குழிக்குள் உட்கார்ந்துகொண்டு பழரசத்தோடு பேசிக் கொண்டிருக்கிறார்கள். அப்பொழுது அம்மாவும் போலீஸ்காரனும் வருகிறார்கள். வெளியிலிருந்து பார்த்தால் இந்த பழரசம் தான் தெரிவார். இந்தப் சிறுவர்கள் தெரியமாட்டார்கள். எனவே பழரசத்திடம் "ரெண்டு பையன்களையும் பார்த்தியா?" என்று கேட்பார்கள். சிறுவர்களும் சொல்லாதே என்று சமிக்ஞை செய்வார்கள். நாம் என்ன நினைத்திருப்போம், "இல்லை" என்று சொல்லப்போகிறான் என்றுதான் தோன்றும். ஆனால், "இங்க தான் இருக்காங்க" என்று பழரசம் சொல்வார்.

இந்த மாதிரி நிறைய காட்சிகள் படத்தின் ஈர்ப்பைக் கூட்டுகிறது. மேலும், பெரும்பாலான படங்களில் பணக்காரச் சிறுவர்கள் திமிராக நடப்பவர்கள் போலக் காண்பித்து, ஏழைச் சிறுவர்கள் அப்பாவியாக இருப்பது போலக் காண்பித்திருப்பார்கள். ஆனால், இங்கு இந்த பணக்காரச் சிறுவனும், ரெண்டு ஏழைப் பையன்களும் நண்பர்களாகவே பழகுகிறார்கள். இதெல்லாம் புதுமையான விஷயமாக இருக்கிறது.

தமிழ் சினிமாவில் இதுவரை நிகழாதது என்னவென்றால் குழந்தைகளை, குழந்தைகளாகப் படத்தில் காட்சிப்படுத்துவது. நம் திரைப்பட ஆரம்ப காலத்திலிருந்தே குழந்தைகளைப் பெரியவர்கள் போல பேச வைத்துவிடுவார்கள். அந்த இயக்குநர் குழந்தையின் மனதிற்குள் புகுந்து பெரிய பெரிய விசயங்களைப் பேச வைத்திருப்பார்கள். இந்தப் படத்தில் அதுபோல இல்லாமல் குழந்தைகளை இயல்பாகவே அவர்கள் ஏழ்மையில் வளர்ந்தால் எப்படியிருப்பார்களோ அப்படியே காட்சியாக்கியிருக்கிறார்.

இந்தப் படத்தில் குறையே இல்லையா என்றுகேட்டால், அதைப் பற்றிச் சொல்வதற்கு இது சமயம் இல்லை என்றுதான் நினைக்கிறேன். ஆனால், ஒரு விஷயத்தை மட்டுமாவது குறிப்பிடவேண்டும். சேரி வாழ் மக்களின் நிலை, இந்தியாவில் இருக்கும் அகலபாதாள ஏற்றத்தாழ்வு, சுகாதாரமற்ற நிலையைக் குறித்தெல்லாம் நமக்கு வருத்தம் ஏற்படுவதை இந்தப் படம் ஏதோ ஒரு விதத்தில் தடுக்கிறது.

⊙

புதுப்பிக்கப்பட்ட 'குடிசை'

தேசிய திரைப்பட ஆவணக்களரியின் இயக்குநராக பிரகாஷ் மாக்டம் பொறுப்பேற்ற பிறகு, அங்கு பாதுகாக்கப்படும் படங்களில் சிறந்தவற்றை தெரிந்தெடுத்து அவற்றைப் புதுப்பிக்கும் திட்டம் ஒன்றை தொடங்கி வைத்தார். புதுப்பிப்பது மட்டுமல்லாமல் அவற்றை டிஜிட்டல் வடிவில் மாற்றி, காண்பதற்கு எளிதாக ஆக்க வேண்டும் என்பது அவரது திட்டம். அப்படி உருமாற்றப்பட்ட ஒரு கருப்பு-வெள்ளை தமிழ் படம், *குடிசை* (1979) குறுந்தட்டு வடிவில் சில மாதங்களுக்கு முன் எனக்கு கிடைத்தது. தமிழ் சினிமா வரலாற்றில் இடம் பிடிக்க வேண்டிய முக்கியமான படைப்பு இது என்று பார்த்த சில நிமிடங்களிலேயே தெரிந்தது.

இந்தப் படத்தை இயக்கிய ஜெயபாரதியின் வேறு சில படங்களை நான் பார்த்து அவைகளைப் பற்றி எழுதியிருக்கின்றேன். அவருடைய படைப்புகளில் நான் முதலில் பார்த்தது *உச்சிவெயில்* (1990) பிறகு *நண்பா... நண்பா* (2002) பார்த்தேன் இரண்டுமே அருமையான படங்கள்.

ஜெயபாரதியின் எல்லா படங்களுமே ஓர் இலக்கியப் படைப்பை சார்ந்து உருவாக்கப்பட்டவை. அவர் முதலில் ஒரு சிறுகதை எழுத்தாளராகத்தான இயங்கிக்கொண்டிருந்தார். அவரது பெற்றோர்கள் ராமமூர்த்தி, சரோஜா இருவருமே எழுத்தாளர்கள். *குடிசை* கதை கூட அவரது தந்தை *கணையாழி* இதழில் எழுதிய ஒரு தொடர்கதைதான்.

தமிழ் சினிமாவில் நவீன யதார்த்த பாணி (Neo realist) படங்கள் வெகு அரிதாகவே தோன்றின. தமிழ்த் திரைக்கு யதார்த்த

கமலா காமேஷும் செல்லப்பனும்

சினிமாவை அழுத்தமாக அறிமுகப்படுத்தியவர் ஜெயகாந்தன். உன்னைப்போல் ஒருவன் என்ற தனது குறுநாவலை 1964 இல் படமாக்கினார். பின்னர் வந்த துரையின் பசி (1979) படத்தையும் சேர்த்துக்கொள்ளலாம். யதார்த்தத்திலிருந்து வெகு தூரம் விலகியிருந்த தமிழ்த் திரைக்கு, உன்னைப்போல் ஒருவன் உள்ளடக்கத்திலும் வடிவமைப்பிலும் ஒரு புதிய வரவு. விளிம்பு நிலை மக்களைக் கதாமாந்தர்களாக கொண்டிருப்பதே ஒரு புதுமைதானே.

சினிமா என்றாலே அது பொழுதுபோக்கிற்காகத்தான் என்று நம் பொதுப்புத்தியில் பதிந்துவிட்டதால், இந்தப் படங்கள் வந்த பொழுது மக்களிடையே எவ்வகையான வரவேற்பையும் பெறவில்லை. படவிழாக்களில் கவனிக்கப்பட்டது என்பது வேறு விஷயம்.

எழுபதுகளின் இறுதியில் தமிழ்த் திரையுலகில் பெரிய நட்சத்திரங்களின் ஆதிக்கம் மறைய ஆரம்பித்த போது பல புதிய, இளம் இயக்குநர்கள், புதிய நடிகர்களை வைத்து

தங்கள் பாணியில் படங்களை உருவாக்கினார்கள். அவர்கள் யதார்த்த பாணியை நோக்கி நகர்வது மிகவும் அழுத்தமாக வெளிப்பட்டது. தீவிரமாக இயங்கிக்கொண்டிருந்த பிரக்ஞை, கசடதபற போன்ற சில சிறுபத்திரிகைகள் சினிமாவில் (நடிகர்கள் மீது அல்ல) ஆர்வம் காட்டி கட்டுரைகள் வெளியிட்டன. இந்தக் காலகட்டத்தில் தான் ஜெயபாரதி வருகின்றார்.

தனது சினிமா உலக அனுபவம் பற்றி ஜெயபாரதி எழுதியுள்ள *இங்கே எதற்காக* (2010) என்ற நூலில் அவரது முதல் படமான *குடிசை* உருவானது பற்றி விவரமாகக் பதிவு செய்திருக்கின்றார். ஜ்வாலா என்ற பெயரில் தன் சினிமா கம்பெனியை பதிவு செய்து வேலையைத் தொடங்கினார். நன்கொடையாகச் சேகரித்தும், இசைக் கச்சேரி நடத்தியும் பணம் திரட்டி இந்தப் படத்தை முடித்திருக்கின்றார். அதிலும் இரண்டு கட்டங்களாக படத்தை எடுக்க வேண்டியிருந்தது. எண்பத்தி எட்டாயிரம் ரூபாய் செலவில் முழுப்படத்தையும் எடுத்து முடித்தார் ஜெயபாரதி.

இதில் பணியாற்றிய கமலா காமேஷ், டில்லி கணேஷ், தண்டாயுதபாணி யாவருமே சினிமாவிற்குப் புதிது. இயக்குனரும் அப்படித்தான். அவர் யாரிடமும் உதவியாளராக இருந்து சினிமாவிற்குள் நுழையவில்லை.

படத்தின் ஆரம்பக் காட்சியின் முதல் பிம்பமே அதற்கு நல்ல அறிமுகமாக அமைந்துள்ளது. சென்னை திரைப்பள்ளியில் சினிமா படப்பிடிப்பை முறையாக கற்ற ராபர்ட், ராஜசேகர் இருவர்தான் படப்பிடிப்பு. இது அவர்களது முதல் படம். அருமையான காட்சிப் படிமங்கள். படம் முழுவதும் வெளிப்புறப் படப்பிடிப்பு தான். ஒரு குடிசையுள் சில காட்சிகள் தவிர. காமிராவின் அசைவுகளும் மெதுவாக, கண்ணுக்கு இதமாக இருக்கின்றன, அநாவசியமான நகர்வுகள் இல்லை. இந்த இரட்டையர்தான் பின்னர் *பாலைவனச்சோலை* (1981) படத்தை இயக்கிப் பிரபலமானவர்கள்.

குடிசை ஒரு சிறிய கிராமத்தில் விளிம்புநிலையில், வறுமையின் பிடியில் வாழ்ந்து வரும் ஒரு ஜோடியின் கதை. ஏழை குடியானவ குடும்பம். குடிகார கணவன் மனைவியின் தங்கையை காமுறுகின்றான். ஒரு டீக்கடைக்காரரும் வருகின்றார். வெகுசில

கதை மாந்தர்களே திரையில் தோற்றம் பெருகின்றனர். கிராமிய நடனம் ஒன்று அருமையாகப் படமாக்கப்பட்டுள்ளது.

ஜெயபாரதி பிம்பங்களின் வலிமையை உணர்ந்து அவற்றைக் கதை நகர்த்த திறம்படப் பயன்படுத்தியிருக்கின்றார். இலக்கிய பின்புலம் வார்த்தைகளுக்குள் அவரைக் கட்டிப்போட்டு விடவில்லை. சொற் சிக்கனத்தைத் கவனமாகக் கடைப்பிடிக்கின்றார். இதை அவரது எல்லா படங்களிலும் பார்க்கலாம். தேவையுள்ள தருணங்களில் மட்டும் பின்னணி இசை ஒலிக்கின்றது. மற்றபடி கதை அமைதியின் பின்னணியில் நகர்கின்றது.

படம் வெளிவந்து சஃபயர் தியேட்டரில் மூன்று வாரம் ஓடியது. படத்தை சென்னையில் பார்த்த மிருணாள் சென் மனந்திறந்து பாராட்டியிருக்கின்றார்.

பார்வையாளர் மனதில் ஒரு திரைப்படம் ஆழ்ந்த தாக்கம் ஏற்படுத்த வேண்டுமானால் அதில் நம்பகத்தன்மை இருக்க வேண்டும். அந்த தன்மையின் அடிப்படை யதார்த்தம். படத்தின் தாக்கம் நன்றாக அமைந்தால், இயக்குநர் சொல்லவரும் கருத்து பார்வையாளர்கள் மனதில் பதிந்து பாதிப்பை ஏற்படுத்தும். இயக்குநர் உருவாக்கும் அந்தக் கற்பனை உலகினுள் பார்வையாளர் நுழைந்து வசதியாக சஞ்சரிக்க யதார்த்த வாதம் கைகொடுக்கின்றது. திரைப்படம் ஒன்றை பார்க்கிறோம் என்ற

ஜெயபாரதி

ராஜியும் டெல்லி கணேசும்

உணர்வு எழாமல் இருக்க, கதாபாத்திரங்களின் உணர்வுகளுடன் பார்வையாளர் ஒன்றிப்போவது நல்ல சினிமா அனுபவமாக அமைகின்றது, பாடல்கள் இத்தகைய அனுபவத்திற்கு இடையூறாக வரும் என்பதால் பல இந்திய இயக்குநர்கள் பாடல்களைத் தவிர்க்கிறார்கள் ஜெயபாரதியும் அதையே தான் தன் படங்களிலும் கடைப்பிடிக்கின்றார்.

குடிசை, ஏழை படும் பாடு (1951) போன்ற படங்கள் புனேயில் இருப்பது மகிழ்ச்சியான செய்தி. ஆனால் தமிழ் சினிமாவின் பல அரிய படைப்புகளை இப்போது பார்ப்பதே அரிது. கே. ராம்னாத்தின் மனிதன் (1954) டி.வி. சந்திரனின் ஹேமாவின் காதலர்கள் (1985) போன்ற படங்களும் இப்பட்டியலில் அடங்கும்.

□ உயிர்மை 2023

சிவதாண்டவம்

இந்தியக் கலைகளின் நோக்கங்களை இந்தியருக்கும் சேர்த்து இந்நூற்றாண்டின் தொடக்கத்தில் உலகத்துக்குப் புலப்படுத்தியவர் ஆனந்த் கென்ட்டிஷ் குமாரசுவாமி. இவரது நூற்றாண்டு நினைவை ஒட்டி அமெரிக்க தகவல் நிலையம் தயாரித்துள்ள இந்த சிவதாண்டவம் எனும் வண்ண ஆவணப்படத்தை சித்தானந்த தாஸ் குப்தா இயக்கியுள்ளார்.

புவியியலாளராக, கனிவளத்தை தேடி இலங்கையில் காடு மலைகள் எனச் சுற்றிய குமாரசுவாமி, அங்கு கேட்பாரற்று கிடக்கும் சிற்ப, கட்டிடக்கலைச் செல்வங்களுக்கு அறிமுகமாகின்றார். ஈழத்துக் கலை, அவரை இந்தியக் கலைப் பாரம்பரியத்திற்கும் அதிலிருந்து தூரக்கிழக்கு நாடுகளின் சிற்பச் செல்வங்களுக்கும் இட்டுச்செல்கின்றது. இந்நாடுகளின் கலை வரலாற்றின் அடித்தளத்தில் இழைந்தோடும் பொதுத்தன்மை அவரை ஈர்க்கின்றது. ஒரு கலாச்சாரத்தின் ஒரு தத்துவத்தின் வெளிப்பாடே கலைப்பொருட்கள் என்று உணர்ந்த குமாரசுவாமி, அக்கலைப் படைப்புகளை கூர்ந்து நோக்குவதன் மூலம் அவற்றின் தத்துவ அடிப்படையை எட்ட முயல்கின்றார். அவரது வாழ்வு முழுவதும் இம்முயற்சியே. ஆழ்ந்த தேடலின் வெளிப்பாடான இவரது நூல்கள் ஒரு புதிய உலகையே திறந்து வைக்கின்றன. அவ்வாறு அவர் நடராஜர் கருத்தாக்கத்தைப் பற்றி தத்துவார்த்தமாக எழுதிய ஒரு கட்டுரையின் தலைப்பே இப்படத்தின் தலைப்பாகவும் அமைகின்றது. *The Dance of Siva: A Tribute to Ananda Coomaraswamy.*

சித்தானந்த தாஸ் குப்தா கல்கத்தா பிலிம் சொசைட்டியின் பாரம்பரியத்தில் வந்தவர். திரைப்படக்கலை சார்ந்த

கோட்பாடுகளை நன்கு கற்றுணர்ந்த பிறகே மெகபோனில் கை வைக்கும் கலைஞர்களில் ஒருவர். எல்லா நுண்கலைகளையும் தன்னுள் அடக்கும் திரைப்பட மொழியில் நல்ல பரிச்சயம் பெற்றவர். அம்மொழியில் அவர் இயற்றிய கவிதையே இந்தப் படம்.

ஒரு சினிமா இயக்குநருக்குக் கிடைத்திருக்கும் அனைத்து உபகரணங்களையும், உத்திகளையும் (காட்சிப் படிமங்கள், ஒலி, இசை, சுற்றுப்புற ஒலி, உரையாடல், அசரிரீ குரல், துணைத் தலைப்புகள், நிலைப்படங்கள் என) அவற்றின் தன்மையறிந்து, அளவோடு பயன்படுத்துகின்றார் தாஸ் குப்தா.

தான் வெளிப்படுத்த விரும்பிய விவரங்களை கச்சிதமாகவும், அழுத்தமாகவும் சொல்வதை இப்படத்தில் காணலாம். சில பகுதிகளில் காட்சிப் படிமங்களும், வர்ணனையும் இணைந்து சினிமாவின் அசுர சக்தியைக் கணப்பொழுதில் வெளிப்படுத்துகின்றன. ‘இந்தியக்கலை தொய்ந்திருந்தது’ என்று கூறும் போது, பூ வரிமானம் நிறைந்த ஒரு கல் தூண், புல்பூண்டுகள் மறைக்க தரையில் கிடப்பது காட்டப்படுகின்றது. கவனிப்பாரற்றுக் கிடக்கும் கல்தூண் குமாரசுவாமியின் கவனத்தை ஈர்ப்பது போல் காற்றில் அச்செடிகள் அசைகின்றன.

இசையைப் போலவே திரைப்பட மொழிக்கும் அறிவைத் தாண்டி, உணர்வைத் தொடும் ஒரு தன்மை உண்டு, இசை போல. சில காட்சிகள் படத்திற்குத் தொடர்பற்றவை என்று மேலோட்டமாக தோன்றினாலும், ஒரு குறிப்பிட்ட கட்டத்தில் இயக்குனர் சொல்ல வருவதை உள்ளுணர்வு ரீதியில் உணர வைத்து விடக்கூடியது இம்மொழி. சான்றாக இலங்கையின் மேனாட்டு மோகத்தைக் குமாரசுவாமி கடுமையாக கண்டித்தார் என்பதைக் காட்ட வரும்போது, பரந்த ஒரு நீர்ப்பரப்பில் ஒரு நீர்வாத்துக் கூட்டம். காட்சிப் படிமங்களைத் துணைத் தலைப்புகள் போல் பயன்படுத்துகின்றார் தாஸ் குப்தா. ஜாவாவிலுள்ள பிரம்பானன் (*Prambanan*) சிற்பக்கலையைக் காண்பிக்குமுன், ஒரு தூரக்கிழக்கு நாட்டுப்பெண்ணின் முகம் திரையில் பளிச்சிட்டு மறைகின்றது.

காமிராவின் பல அசைவுகளும் சினிமாவிற்கு பலமளிக்கும் வகையில் கையாளப்படுகின்றன. சிறுவன் குமாரசுவாமி

திருவாலங்காடு நடராஜர்.

'இலங்கையில்' என்று கூறும்போது வெற்றுடம்புடன் வயலில் வேலை செய்யும் குடியானவர்கள் மேல் காமிரா சில வினாடிகள் தங்குகிறது. பிறகு பின்னோக்கி zoom வயல்வெளி பரந்து விரிகின்றது. இருமருங்கிலும் தென்னை மரங்கள், குடியானவர்கள் கறுப்பு புள்ளியாகி மறைகின்றார்கள் zoom தொடர்கின்றது. மலை சூழ்ந்த ஒரு பள்ளத்தாக்கின் நடுவே ஒரு வயற்பரப்பு. காட்சி மாறுகின்றது.

காட்சிகள் மாறும் போது 'மயங்கித் தெளிதல்' *(fade in/ fade out)* முறையையும் 'கரைதலை'யும் *(dissovle)* அழுத்தமாகக் கையாளுகின்றார். ஈழத்து கலைச் செல்வங்கள் மூலம் குமாரசுவாமி இந்தியக் கலைப் பாரம்பரியத்திற்கு வருகிறார் என்று கூறவரும் போது சிக்ரியா சுவரோவியப் பெண்ணின் உருவம் 'மயங்கித் தெளிந்து' அஜந்தாவின் கறுப்பு அரசிளங்குமரி வெளிப்படுகின்றாள். குமாரசுவாமியின் மிஸ்டிக் இயல்பைக்காட்ட அவருடைய கருப்பு-வெள்ளை உருவப்படம் ஒன்று காட்டப்படுகின்றது. பின் காமிரா மெதுவாக ஊர்ந்து அப்படத்திலிருக்கும் ஒரு பழுப்புப்புள்ளியை மிக அண்மைக் காட்சியில் காட்டுகின்றது. இப்புள்ளி ஒரு சூட்சும வடிவமாக மாறித் திரையில் சில வினாடிகள் தங்கி மறைகின்றது. குமாரசுவாமியின் மறைவு பற்றி சொல்லும் போது அடுத்தடுத்து 'கரைதல்' மூலம் சில கடலலைக் காட்சிகள் காட்டப்படுகின்றன. கடைசிக் கடலலைக் காட்சியில் காமிரா மேல் நோக்கி போய் மேகமற்ற நீல வானத்தில் நிலைக்கின்றது.

இந்தியா, இலங்கை, தூரக்கிழக்கு நாடுகளின் சிற்பக்கலையின் பொதுத் தன்மையைக் காட்சிப் பிம்பங்கள் மூலம் விளக்குகின்றார் தாஸ் குப்தா. வங்காளத்தின் பாலா *(pala)* சிற்பத்தையும், பல்லவர் கோவில்களையும், பொலனருவா புடைப்புச் சிற்பங்களையும், போரோபுதூர் ஆலயங்களையும் ஒரே மூச்சில் கண்டு கிரகிக்க முடிகின்றது. அர்த்தம் பொதிந்த காமிரா கோணங்கள், நறுக்குத் தெறித்தாற் போன்ற படத்தொகுப்பு, இவை இக்கிரகிப்பை எளிதாக்குகின்றன. மொகலாய சிற்றோவியங்கள் பெரிதாக்கப்பட்டால் அவை உருவப்படம் *(portrait)* அல்லது நிலக்காட்சி *(landscape)* ஆகவும், ராஜஸ்தானிய சிற்றோவியங்கள் சுவரோவியங்களாகவும் காணப்படும் என்று அவ்விரு ஓவியப் பாரம்பரியங்களின் தனித்தன்மைகளை விளக்கிய குமாரசுவாமியின் கூற்றை சில நொடிகளின் திரைப்பட மொழியில் கூறி விடுகின்றார் தாஸ் குப்தா.

சினிமா ஒரு முழுமையான அனுபவம். ஒரு படத்தில் இசை அல்லது படத்தொகுப்பு மட்டுமே நன்றாக இருந்தது என்று கூறுவது பொருத்தமற்றதாகப் படுகின்றது. ஆனால் அவை இச்சினிமா பயன்படுத்தும் உத்திகள் என்பதில் சந்தேகம் இல்லை.

ஆனந்த குமாரசுவாமி

ராக-ராகினி சிற்றோவியங்களை காட்டும் காட்சிகளை சான்றாக கூறலாம். இச்சிற்றோவியங்கள் பருவ காலங்களை பிரதிபலிக்கும் தன்மை உடையவை. பளிச் பளிச்சென்று தொடர்ந்து பல சிற்றோவியங்கள் காட்டப்படுகின்றன. கடைசியாக ஒரு சிற்றோவியம் - மழை கொட்டும் காட்சி. இதன் இசை - ரவிசங்கர் அமைந்தது - இக்கால மாற்றங்களுக்கேற்ப ஒலித்து இந்த சினிமா அனுபவத்தை ஆழமானதாக ஆக்குகின்றது.

ஆனந்த குமாரசுவாமி ஒரு அறிவியலாளர்; வேதாந்தி; கலை வரலாற்றாசிரியர். இந்தியக்கலை ஆய்விற்கு புத்துயிரூட்டியவர். இவரது வாழ்க்கை வரலாற்றை கூறுவதுடன், ஓவிய, சிற்பத்துறைக்கும், இந்தியக் கலைக்கும் அவர் ஆற்றிய பணிக்கும், அவர் நோக்கங்களுக்கும் ஒரு சீரிய அறிமுகமாக அமைகின்றது இந்த ஆவணப்படம்.

☐ கசடதபற, மார்ச் 1973

விடுதலை இயக்கத்திலிருந்து சினிமாவிற்கு: இந்துலால் யாக்னிக்

நான் அகமதாபாதில் பணியாற்றிக்கொண்டிருந்த போது அலுவலகத்திற்கு தினமும் நேரு பாலம் மூலம் சபர்மதி ஆற்றை கடந்து செல்ல வேண்டும். பாலத்தின் ஒரு முனையில் ஒரு உயிர்ப்பான உருவச்சிலை ஒன்று என் கவனத்தை முதல் நாளே ஈர்த்தது. வேட்டி சட்டையணிந்து ஜோல்னாபையும் காந்தி குல்லாயுடன் வேகமாக நடப்பது போன்ற ஒரு சித்தரிப்பு. எந்த புது ஊரிலும் நமக்கு தகவல் களஞ்சியமாக விளங்கும் காரோட்டிக்கு கூட அது யாரென்று தெரியவில்லை. அருகில் சென்று பார்த்தேன் இந்துலால் யாக்னிக் என்றிருந்தது. தொழிற்சங்க இயக்கத்தில் அவரது பங்களிப்பை நினைவு கூறவே அவருக்கு அங்கு சிலை எழுப்பப்பட்டிருந்து என்று கீழிருந்த கல்வெட்டு கூறியது.

விடுதலைப் போராட்டத்தின் ஒரு பரிமாணமாக தொழிற்சங்க இயக்கம் நம் நாட்டில் வளர்ந்தது. காந்திஜியால் ஈர்க்கப்பட்ட யாக்னிக் குஜராத்தில் கெடா எனும் ஊரில் தொழிலாளர்கள் போராட்டத்தில் கலந்து கொண்டார். அதை முன்னின்று நடத்தியது காந்திஜியும் சர்தார் படேலும். அதே எழுச்சியுடன் யாக்னிக் *நவ்ஜீவன் அனே சத்யா* என்ற குஜராத்தி பத்திரிக்கையை வெளியிட ஆரம்பித்தார். யாக்னிக் காந்திஜிக்கு நெருக்கமான ஊழியரானார். சிறிது காலத்தில் இந்த இதழை காந்திஜி எடுத்து நடத்த தொடங்கினார். 1919 இல் ஒத்துழையாமை இயக்கத்தில் ஈடுபட்ட யாக்னிக் பிரிட்டீஷாரால் கைது செய்யப்பட்டு யரவாதா சிறையில் அடைக்கப்பட்டார். அங்கேதான் காந்திஜியும் கைதியாக இருந்தார். ஆனால் விடுதலையான பின், காந்திஜியின்

இந்துலால் யாக்னிக் சிலை

பொருளாதார கருத்துகளை ஏற்றுக்கொள்ள முடியாமல் யாக்னிக் அவரை விட்டு பிரிந்தார்.

காந்தியுடன் அவரது கருத்து வேறுபாடு அரசியலுடன் நின்று விடவில்லை. மற்ற பல தேசிய தலைவர்கள் போல காந்திஜியும் சினிமாவை வெறுத்தார். 1920களில் சினிமா ஒரு மக்களை ஈர்க்கும் பொழுதுபோக்கு சாதனமாக வளர ஆரம்பித்திருந்து. அமெரிக்க, ஐரோப்பியாவிலிருந்து சலனப் படங்களுடன், இந்தியாவில் தயாரிக்கப்பட்ட படங்களும், விவரண அட்டைகளுடன் வெளி வந்தன. அகமதாமாத் போன்ற நகரங்களில் பல நிரந்தர சினிமா அரங்குகள் கட்டப்பட்டன. ஆனால் சினிமாவால் சமூகத்திற்கு எந்த பயனும் இல்லை என்பதுதான் காந்திஜியின் நிலைப்பாடு. தமிழகத்தில் ராஜாஜியும் அதையேதான் கூறி வந்தார்.

சினிமா வளர ஆரம்பித்த ஆண்டுகளில் அதற்கு அறிவுப் புலத்திலிருந்தும், கல்விப்புலத்தில் இருந்தும் எதிர்ப்பு இருந்தது. இந்த புதிய வரவை கவனிக்கத் தேவையில்லை என்று பல அரசியல் தலைவர்களும் சினிமாவை உதாசீனப்படுத்தினார்கள். ஆனால் தேசிய தலைவர்களில் வெகு சிலர் சினிமாவை வரவேற்றார்கள், அவர்களில் யாக்னிக்கும் ஒருவர். அவரைப்

போலவே தமிழகத்தில் சத்தியமூர்த்தி நாடகத்தையும், சினிமாவையும் ஆதரித்து கலைஞர்களுக்கு ஒரு வழிகாட்டி போல் இயங்கினார். தமிழ்நாட்டில் சினிமாவிற்குள் நுழைந்த இன்னொரு தேசியவாதி கோவை அய்யாமுத்து. *கஞ்சன் (1947)* என்ற படத்தை எழுதி, இயக்கினார். அந்தப்படத்தில் எம். எம்.மாரியப்பா பாடிய *இந்த உலகினில் இருக்கும் மாந்தருள்/ எழிலுடையோன் எங்கள் தமிழன்* என்ற பாடலையும் எழுதி புகழ் பெற்றார்.

இந்துலால் யாக்னிக் சினிமா கவனிக்கப்படவேண்டிய ஒரு சாதனம் என்ற கருத்துடன், அவர் ஆசிரியராக இருந்த *ஹிந்துஸ்தான்* என்ற மும்பாயிலிருந்து வெளியான குஜராத்தி நாளிதழில் இந்திய, வெளிநாட்டு திரைப்படங்கள் பற்றி கட்டுரைகளுக்கு இடம் கொடுத்தார். இவரும் அப்பொருள் பற்றி எழுதி வந்தார். பிரபல குஜராத்தி இயக்குநராக பின்னர் திகழ்ந்த சதுர்புஜ் ஜோஷியும் இந்த இதழில் சினிமா பற்றிய கட்டுரைகள் எழுதினார். சினிமா கவனிக்கப்பட வேண்டிய கலைவடிவம் என்ற கருத்தை இந்த இருவரும் பரப்ப முயன்றார்கள். சில ஆண்டுகளுக்கு பின்னர் யாக்னிக் சினிமாவிற்கு கதை எழுத ஆரம்பித்து அந்த உலகினுள் நுழைந்தார்.

குஜராத்தியில் அவர் எழுதியிருந்த கட்டுரைகளின் ஆங்கில மொழிபெயர்ப்பு எனக்கு சிக்கவில்லை. எவ்வாறு படங்களுக்கு கதை எழுதினார் என்று தெரிந்தால் அந்தக்கால மௌன சினிமாவாவைப் பற்றி சில புரிதல்கள் கிடைக்கலாம். அவர் தனது நண்பர் ஜி.ஆர். தவரேயுடன் ஒரு தயாரிப்பு நிறுவனத்தை தொடங்கினார். அது சரியாக அமையவில்லை. பின்னர் தனியாக யங் இண்டியா பிக்சர்ஸ் என்ற கம்பெனியை அமைத்து *மகாகாளி* என்ற படத்தை 1928 இல் எடுத்தார். ஆனால் அவர் தனது படங்களில் அரசியலை கலக்கவில்லை. பொழுதுபோக்கு படங்களையே உருவாக்கினார்.

அவர் திரைக்கதை எழுதிய இன்னோரு படம் *அஜபகுமாரி (1929)*. மும்பாயில் அந்தக் காலத்து சலனப்பட நடிகர்களான மாதுரியும் நவீன்சந்திராவும் இப்படத்தில் நடித்திருந்தனர். யாக்னிக் *காஷ்மிர் நு குலாப் (1931)* என்ற படத்தை தயாரித்து பெரும் நஷ்டமடைந்து அவரது கம்பெனி திவாலானது. அவரது

நண்பரான, இம்பீரியல் பிலிம் கம்பெனி முதலாளி அபு ஹசன்தான் இவருக்கு கை கொடுத்தார்.

பெங்களூரில் நிலக்கரி வணிகம் செய்துகொண்டிருந்த சிமன்லால் தேசாய், குஜராத்தி பேசும் படங்களை தயாரிக்க ஆரம்பித்த போது, இந்துலால் யாக்னிக் சினிமா உலகை விட்டு விட்டு முழு மூச்சாக அரசியலில் இறங்கினார். 1930 இல் இங்கிலாந்து சென்று அங்கு ஐந்து வருடம் இந்திய சுதந்திரத்திற்காக பிரசாரம் செய்தார். அங்கிருந்த போது அயர்லாந்தின் தேசியப் போராட்டத்தால் வெகுவாக ஈர்க்கப்பட்டார். இந்தியா சுதந்திரமடைந்த பின், பாராளுமன்றத்திற்கு நான்கு முறை தெரிந்தெடுக்கப்பட்ட இவர் 1972 இல் காலமானார்.

தனது சினிமா அனுபவங்களைப் பற்றி யாக்னிக் தனது 6 வால்யூம் குஜராத்தி சுயசரிதையில் எழுதியிருக்கிறாரா என்று தெரியவில்லை. ஆக்ஸ்போர்டு பல்கலைக்கழகமும் பிரிட்டீஷ் பிலிம் இன்ஸ்டிட்யூட்டும் இணைந்து உருவாக்கிய இந்திய சினிமா தகவல் களஞ்சியத்தில் (Encylopaedia of Indian cinema) அவரது சினிமா பணி பற்றி ஒரு பத்தி இருக்கின்றது.

ஏறக்குறைய இருபது ஆண்டுகளாக நீடித்த இந்திய சினிமாக்களின் மௌன சகாப்தத்தைப் பற்றிய விவரங்கள் கிடைப்பது வெகு அரிதாகவே இருக்கின்றது. குஜராத்தி சினிமா பற்றி மட்டுமல்ல. தமிழ் சினிமா வரலாற்றிலும் இதே பிரச்சனைதான். இந்த பின்புலத்தில் சில இளைஞர்கள், சினிமா வரலாற்றின் பேரில் மிகுந்த ஈடுபாட்டுடன் இயங்குவதை காண்பது மகிழ்ச்சி அளிக்கின்றது. சென்ற உயிர்மை இதழில் ஒரு கட்டுரை எழுதிய முத்துவேல் இந்த வெளியில் மும்முரமாக இயங்கிக் கொண்டிருக்கின்றார். அதே போல் தேனியில் சுகீத் கிருஷ்ணமூர்த்தியும் தீவிர ஆய்வில் ஈடுபட்டுள்ளார். சென்னையில் உருவாக்கப்பட்ட ஒரு மௌனப்படத்தில் விளம்பர படத்தை கசக்கிஸ்தானிலிருந்து அண்மையில் மீட்டெடுத்திருக்கின்றார். இவர்கள் 'அகழ்வாய்வுகள்' தொடரட்டும்.

□ உயிர்மை 2022

ஆசிரியரைப் பற்றி...

தமிழ் சினிமாவின் முதன்மையான வரலாற்றாசிரியர்

அம்ஷன் குமார்

தமிழ் இலக்கிய, பண்பாட்டுப் பரப்பில் நீண்டகாலமாகச் செயலாற்றிவரும் ஆளுமைகளில் 80 வயதைக் கடந்தவர்களின் பங்களிப்பை நினைவுகூரும் விதமாகக் காலச்சுவடு வெளியிடும் தொடரின் நான்காவது கட்டுரை இது. சென்ற இதழில் பத்மநாப ஐயர் பற்றி மு. நித்தியானந்தன் எழுதிய கட்டுரை இடம்பெற்றிருந்தது. இந்த இதழில் திரை வரலாற்றாய்வாளர் தியடோர் பாஸ்கரன் பற்றி அம்ஷன் குமார் எழுதுகிறார்.

தியடோர் பாஸ்கரனின் தி மெசேஜ் பேரர்ஸ் 1981 ஆம் ஆண்டு 'க்ரியா' வெளியீடாக வந்தது. அது உடனடியாகத் தமிழர்களின் கவனத்தைப் பெறவில்லை. ஆங்கிலத்தில் எழுதப்பட்டிருந்தது முக்கியக் காரணம். ஆய்வு நூலாகவும் இருந்ததால் வாசகர்கள் அதைத் தாமதமாக அணுகினர். ஆனால் தமிழ் ஊடகங்களைப் பற்றி ஆங்கிலத்தில் எழுதப்படுவதில்லை என்கிற குறையை அது நீக்கியது. தமிழ்ப் புலம் தாண்டி கவனிக்கப்பட்டது. பின்னர் தமிழர்களின் கவனமும் அதன்பால் வெகுவாகத் திரும்பியது. அதிலிருந்து பெற்ற தரவுகளைத் தமிழர்கள்

தாராளமாக உபயோகித்தனர். இன்று தமிழ் ஊடக வரலாறு பற்றிய மிக முக்கியமான நூலாக அது பார்க்கப்படுகிறது. அது தண்டோராக்காரர்கள் என்கிற பெயரில், அ. மங்கையின் மொழிபெயர்ப்பில், தமிழில் கிடைக்கிறது.

1880 ஆம் ஆண்டிலிருந்து 1944 வரையிலான காலத்தின் தென்னிந்திய தேசிய அரசியலும் பொழுதுபோக்கு ஊடகங்களும் வரலாற்றுக் கோணத்தில் அதில் பார்க்கப்பட்டுள்ளன. நாடகங்கள், தனிப்பாடல்கள், கிராமபோன், மௌனப் படங்கள், பேசும் படங்கள், தேசப்பற்று சினிமா, சினிமா தணிக்கை ஆகியனவும் இடம்பெற்ற சிறப்பு நூல் அது.

நவீன நாடகங்களுக்கு முன்னோடியான ஒரு காலம் அதில் எழுதப்பட்டுள்ளது. பார்ஸி, மராத்தி நாடகங்கள் சென்னை மேடைகளில் நிகழ்த்தப்பட்ட பின் அவற்றின் தாக்கங்கள் நாடகக் கம்பெனிகள் உருவாக வழிவகுத்தன. நாடகங்கள் புராணக் கதைகளை நம்பியிருந்தன. ஜாலியன்வாலா பாக் படுகொலை நாட்டை உலுக்கியது. அதன்பின் நாடகங்கள் தேசியம் பேசின. அவற்றில் பாடல்கள் முக்கிய இடத்தைப் பெற்றன. நாடகக் குழுக்களில் பாடல்கள் எழுதவும் அவற்றை நடிகர்கள் பாடச் சொல்லிக்கொடுக்கவும் ஆசிரியர்கள் இருந்தனர். இவர்கள் வாத்தியார்கள் என்றழைக்கப்பட்டார்கள். மக்களுக்குச் சமூகம், அரசியல் நிகழ்வுகளைப் பாடல்கள் கற்றுக் கொடுத்தன.

காந்தியின் சமூகச் சீர்திருத்தக் கருத்துக்கள், நாடகங்கள் மூலம் பரவின. பின்பாட்டுப் பாடகர்கள் என்கிற புதுவகைப் பாடகர்கள் உருவாயினர். நாடகம் நடக்கும் போது இசைக் கருவிகளை இசைத்துக்கொண்டு மேடைக்குப் பின்னால் இருந்து பாடுபவர்கள் பின்பாட்டுப் பாடகர்கள். பத்தொன்பதாம் நூற்றாண்டின் இறுதியில் சமகாலப் பிரச்சனைகளை வைத்து எழுதப்பட்ட சமூக நாவல்கள் நாடகத்திற்குப் புதிய பரிமாணம் கொடுத்தன. காசி விசுவநாத முதலியாரின் டம்பாச்சாரி அவ்வகையில் முதலில் தோன்றிய சமூக நாடகம்.

தேசிய நாடகங்கள் கட்டுப்பாடுகளால் தளர்வடைந்தன. பகத்சிங் தூக்கிலிடப்பட்ட சம்பவம் மீண்டும் நாடகங்கள் தலைதூக்கக் காரணமாக இருந்தன. டி.கே.எஸ். சகோதரர்களின் தேசபக்தி பகத்சிங்கின் வரலாற்றைக் கற்பனைக் கதாபாத்திரங்கள்

வாயிலாக உருவகித்த நாடகம். நாடகத்தின் வளர்ச்சி மேலும் பல கலைஞர்களாலும் உறுதியானது. ஆனால் பேசும் படத்தின் வருகை நாடகத்தை முடக்க ஆரம்பித்தது. நாடு சுதந்திரம் அடைந்ததால் தேசியம் என்கிற கருத்தாக்கம் தேவையற்றதாகியது. சமூகச் சீர்திருத்த நாடகங்கள் அந்த இடத்தைப் பிடித்துக்கொண்டன. பாரதிதாசனின் இரண்யன் அல்லது இணையற்ற வீரன் சி.என். அண்ணாதுரையின் சந்திரோதயம் ஆகிய நாடகங்கள் அப்புதிய போக்கின் தொடக்கங்களாக அமைந்தன.

சட்ட மறுப்பு இயக்கத்தில் பாடல்களின் பங்கு முன்னெப் போதையும்விட கூடுதலாக இருந்தது. பாட்டுப் புத்தகங்கள் அதிக எண்ணிக்கையில் அச்சாயின. 1920களின் ஆரம்பத்தில் அறிமுகமான கிராமபோன் ஒரு புரட்சிகரமான மாறுதலை மக்கள் மத்தியில் கொண்டுவந்தது. ரேடியோவில் கிடைக்காத இசை, மக்களை நேரடியாக கிராமபோன் மூலம் சென்றடைந்தது. மின்சார வசதி இல்லாத கிராமங்களிலும் கிராமபோன் தடையேதுமின்றி இயங்கியது.

சட்ட மறுப்பு இயக்கம் முடிவுக்கு வந்தபின் பேசும்படத்தின் காலம் சூடுபிடித்தது. சட்ட மறுப்பு இயக்கத்தின்போது வெளிவந்த பாடல் புத்தகங்களின் மோஸ்தரில் திரைப்படப் பாடல் புத்தகங்களும் வெளிவர ஆரம்பித்தன. எல்லாமே பேசும் படத்தை நோக்கிப் போகிற பயணத்தின் வாசலில் நூலின் முதல் பகுதியைக் கொண்டு வந்து நிறுத்துகிறார் தியடோர் பாஸ்கரன்.

மௌனப் படங்களின் காலம்

ஆனால் பேசும் படங்களை அடுத்தாற்போல் எழுதாது தமிழ் சினிமாவின் மௌனப் படங்களைப் பற்றி எழுதுகிறார். அது மிகவும் சிறப்பான பகுதி. தி மெசேஜ் பேரர்ஸ் வெளிவந்த ஆண்டு 1981. அதுவரை மௌனப் படங்கள் பற்றி எழுதவும் பேசவும் இயலாத நிலை இருந்தது. பாஸ்கரனின் நூல் அந்த மௌனத்தைக் கலைத்தது. மௌனப் படத்தின் தோற்றம், மறைவு, அதன் தயாரிப்பு - விநியோக முறைகள், பம்பாய் - ஹாலிவுட் படங்களின் தாக்கங்கள், தொழில்நுட்பப் போதாமைகள், அரசாங்கம், பார்வையாளர்களின் அணுகல்கள் ஆகியவற்றை ஆராய்கிறார்.

சாமிக்கண்ணு வின்சென்ட், ஆர். வெங்கையா, ஆர். நடராஜா முதலியார் இம்மூவரும் தமிழ் சினிமா மௌனப்பட உலகில் பிரதானமாக இயங்கியவர்கள். மௌனப் படங்கள் பண முதலீட்டிற்கு லாபம் தருவதாக அமைந்தபடியால் பலரும் அத்தொழிலை நாடினார்கள். கதைப்படங்களில் நடிக்கப் பெண்கள் அஞ்சினார்கள். காமிரா லென்ஸ் அழகுக்கு ஊறு விளைவிக்கும் என்று கருதியதால் நடிகையர் தட்டுப்பாடு மிகுந்திருந்தது.

பேசும் படங்களின் உதயம்

பேசும்படத்திற்குத் தமிழ்நாட்டில் பெரும் ஆதரவு கிடைக்க ஆரம்பித்தது. 'குறத்தி பாடல்களும் நடனமும்' படம் தமிழ் பேசும் முதல் படம். இது நாலு ரீல் படம். முதல் முழு நீளக் கதைப்படம் காளிதாஸ். பம்பாயிலும் கல்கத்தாவிலுமுள்ள ஸ்டுடியோக்களில் முதலில் பேசும் படங்கள் தயாராயின. பின்னரே தமிழ் நாட்டில் அவை எடுக்கப்பட்டன. ஸ்ரீனிவாச கல்யாணம் முற்றாகச் சென்னையில் எடுக்கப்பட்ட முதல் தமிழ்ப் படம்.

பிரிட்டிஷ் இந்தியாவில் ஊடகங்களின் மீதான தணிக்கை வந்ததற்கு ஒரு சுவாரசியமான வரலாறு இந்நூலில் தரப்பட்டுள்ளது. அது பிரிட்டிஷ் நடனப் பெண்மணிகளுக்கு எதிராக மேற்கொள்ளப்பட்ட நடவடிக்கையிலிருந்து பிறந்தது. மிஸ் மாட் அல்லன் என்கிற ஆங்கில நடனப் பெண்மணியின் நடனங்கள் ஆபாசமானவையாகக் கருதப்பட்டன. அவர் இந்தியாவில் ஆடினால் இந்தியர்கள் மத்தியில் ஆங்கிலேயர்கள் மீதான மதிப்பு குறைந்துவிடும் என்பதற்காக அவருக்கெதிராகத் தடையுத்தரவு பிறப்பிக்கப்பட்டது. இது தணிக்கையின் ஆரம்பம். அமெரிக்கப் படங்களும் இங்கு தணிக்கைக்குள்ளாயின. மௌனப் படங்கள் மீது தணிக்கை பாயவில்லை. அதிக முதலீடு செய்யப்பட்ட படங்கள் தணிக்கையினால் முடங்கிவிடும் அபாயம் இருந்ததால் நாளடைவில் படங்களில் எதிர்ப்புக் குரல் அடங்கியது. பாட்டு, நடனம் கொண்ட எஸ்கேபிஸ்ட் படங்கள் தயாரிக்கப்பட்டன. அதன் தொடர்ச்சி இந்திய சுதந்திரத்திற்குப் பின்னரும் படங்களில் இருந்தன என்கிறார் பாஸ்கரன்.

பாஸ்கரன் மேற்கொண்ட 'அகழ்வாராய்ச்சி'

தி மெசேஜ் பேரர்ஸ் நூலின் சுருக்கத்தைத் தருவதல்ல இதுகாறும் எழுதப்பட்ட இப்பகுதியின் நோக்கம். நூலில் நாம் கண்ட அனைத்துத் தகவல்களுமே முதன்முதலாக அதில் பதிவானதால் அவற்றைத் தருவது அவரது பங்களிப்பினை உயர்வுடன் நினைவுகூர்வதாகும். எனவே இச்சுருக்கம் அவற்றைக் கோடிட்டுக் காட்டியுள்ளது. பாஸ்கரன் ஏற்கெனவே தனது நூலில் தகவல்களைச் சுருக்கித்தான் தந்துள்ளார். பிற வரலாற்றாசிரியர்களால் விரிவுபடுத்தப்படும் இடங்களைக்கூட அவர் சில வரிகளில் மட்டும் சொல்லிச் செல்கிறார். தகவல்களுடன் தனது கூர்மையான அவதானிப்புகளையும் வெளிப்படுத்துகிறார். எல்லாவற்றிற்கும் சான்றுகள் தருகிறார். சான்றுகளைப் பெற அவர் மேற்கொண்ட கடின உழைப்பு தெரிகிறது. எண்ணற்றவர்களை நேர்காணல் செய்துள்ளார்.

அவர் வரலாற்றாசிரியராகத் தன் பணியினைத் தொடங்கியபோது ஆரம்பக் காலப் படங்களில் பணியாற்றிய பலர் கிடைக்கவில்லை. 1932 இல் தமிழ் சினிமாவின் இரண்டாம், மூன்றாம் பேசும் படங்களான ஹரிச்சந்திரா, கலவா ஆகியவற்றை இயக்கிய சர்வோத்தம் பதாமியை 1990 ஆம் ஆண்டில் பெங்களூருவில் சந்தித்து நேர்காணல் எடுத்தார். அவருடனான சந்திப்பு பாலைவனத்தில் நீருற்றைக் காண்பதற்கு ஒப்பானது என்றார். தமிழ் சினிமாவின் மௌனப் படக் காலத்தை அவர் அகழ்வாராய்ச்சி செய்து எழுதியுள்ளார் என்றே கூறலாம்.

திரையுலகும் தொழிலாளர்களும்

தமிழ் சினிமா வரலாற்றுக்குப் பின் அவர் செய்த மிக முக்கியமான, அதுநாள் வரை எவரும் ஆழ்ந்து ஈடுபடாத ஆய்வு திரைப்படத் தொழிற்சங்கம் பற்றியது. 'தென்னிந்திய சினிமாவின் தொழிற்சங்க இயக்கம்' கட்டுரையின் மூலமும் ஆங்கிலத்தில் உள்ளது.

மௌனப் படம், பேசும் படம் என்று தென்னிந்திய சினிமா அடுத்தடுத்து வளர்ச்சிகளைக் கண்டுவந்தது. அதில் முன்னணியில் செயல்பட்ட கலைஞர்கள்தான் பேசப்பட்டனர்; அவர்களது ஊதியம் உயர்ந்து கொண்டேயிருந்தது. திரைப்படக்

கலைஞர்களின் செல்வச் செழிப்பு திரைப்படத் தொழிலுக்குக் கவர்ச்சிகரமான விளம்பரத்தைக் கொடுத்தது. ஆனால் அத்தொழிலின் முதுகெலும்பாக விளங்கிய தொழிலாளர் நலன்மீது திரைப்படத் துறையினர் அக்கறை செலுத்தவில்லை. 1945 இல் வெளிநாடுகளின் திரைத்தொழில் நிலைமையை ஆராயச் சென்ற இந்தியத் திரைப்படத் தயாரிப்பாளர் சங்கத்தின் குழு, தான் சமர்ப்பித்த அறிக்கையில் திரைப்படத் தொழிலாளர்கள் பற்றி ஒரு வரிகூட எழுதாமற் போனதை முக்கியமான தகவலாகத் தருகிறார் பாஸ்கரன். சினிமா தொழில் முன்மாதிரியற்ற தொழிலாக இருந்ததால் அதற்காகப் பொதுவான சங்கம் ஒன்றை அமைப்பதில் சிக்கல்கள் இருந்தன. சில ஸ்டுடியோக்களில் சில சங்கங்கள் இருந்தன. அவற்றிற்கு இந்திய தேசியத் தொழிற்சங்கக் கூட்டமைப்பு போன்ற சில தொழிலாளர் அமைப்புகள் துணைபுரிந்தன. ஆனால் 'மெட்ராஸ் ஸ்டுடியோ ஒர்க்கர்ஸ் யூனியன்' என்கிற முதலாவது ஒன்றுபட்ட மிக முக்கியமான அடிப்படையைத் தோற்றுவித்தவர்கள் ஒளிப்பதிவாளர், இயக்குநர் நிமாய்கோஷ், இசையமைப்பாளர் எம்.பி. சீனிவாசன் ஆகியோர். இவர்கள் இருவரும் தீவிர இடதுசாரி அரசியல் கொள்கையாளர்கள். 1959 இல் சினிமாத் தொழிலாளர்கள் அனைவரையும் 'சினி டெக்னிஷியன்ஸ் அசோசியேஷன் ஆப் சௌத் இந்தியா' என்கிற அமைப்பின் கீழ் இவர்கள் கொண்டுவந்தார்கள். அதன் பின்னர் படப்பிடிப்புகளில் ஏற்பட்ட விபத்துகளில் உயிரிழந்த ஸ்டண்ட் நடிகர்களின் நிலை கண்டு ஸ்டண்ட் நடிகர்களுக்கான சங்கம் ஒன்று உருவாகியது. நடிகர்களின் நலன்சார் பிரச்சினைகளைக் கவனிக்க 1952 இல் நடிகர் சங்கம் தொடங்கப்பட்டது. அதில் எக்ஸ்ட்ராக்கள் என்று சொல்லப்பட்டு இப்போது ஜூனியர் ஆர்டிஸ்ட் என்றழைக்கப்படும் கடைநிலை நடிகர்கள் பெருமளவு இருந்தனர்; எழுபதுகளில் தொழிற்சங்கம் வளர்ச்சியுற்றது.

'2004 ஆம் ஆண்டில் தென்னிந்தியத் திரைப்படத் தொழிற்சங்கம்' முழுவளர்ச்சியடைந்து விட்டது எனலாம். பெப்ஸியும் திரைப்படத் தயாரிப்பாளர் சம்மேளனமும் நடத்திய பேச்சுவார்த்தையின் பயனாக மூன்றாண்டுகளுக்கு ஒருமுறை ஊதிய நிர்ணயம் செய்ய ஒப்புக்கொள்ளப்பட்டது. இதனால் 25,000 ஊழியர்கள் பயனடைந்தனர்' என்று குறிக்கிறார் பாஸ்கரன். திரைப்படத் தொழிற்சங்கங்கள் தொடங்கத் தடையாக இருந்த

சக்திகள் பின்னர் அவை தொடங்கப்பட்ட வரலாறு, வளர்ச்சி ஆகியவற்றைப் பற்றிய அரிய ஆவணமாக இக்கட்டுரை உள்ளது.

சினிமா வரலாற்று ஆய்வுகளுடன் அதற்கான விமர்சனங்களையும் பாஸ்கரன் செய்துவருகிறார். இவ்விரண்டு துறைகளிலும் தொடர்ந்து செயல்படுபவர் பாஸ்கரன் மட்டுமே. பெருவழக்குப் படங்களை மட்டுமின்றி அதிகம் கவனிக்கப்படாத கலைப்படங்கள் என்று அழைக்கப்படும் படங்களையும் எழுதுகிறார். 'பாம்பின் கண்' என்கிற அவரது நூலில் (*Eye of the Serpent* நூல் தமிழாக்கம்) ஐம்பது படங்களைப் பற்றித் தனித்தனியாக எழுதியுள்ளார். பொதுவாக விமர்சகர்கள் கண்டுகொள்ளாத முதல் தேதி, தாகம், அக்கிரகாரத்தில் கழுதை, பசி, உச்சி வெயில் போன்ற படங்கள் அதில் இடம்பெற்றுள்ளன. வரலாற்று உணர்வுடன் மௌனப் படங்களும் அவற்றில் உள்ளன. ஒரு சினிமா விமர்சகராக சினிமா மொழியின் முக்கியத்துவத்தைத் தொடர்ந்து வலியுறுத்துகிறார்.

திரை மொழியும் திரைப்பட வசனங்களும்

'சினிமா மொழியின் பொது இலக்கணத்தை வைத்துத் தமிழ் ஜனரஞ்சகத் திரைப்படங்களை எடைபோடக் கூடாது என்கின்றனர். இத்தகைய வாதம் தமிழ் சினிமா பற்றிய நம் புரிதலுக்குத் தடையாக இருக்கிறது என்பது என் நிலைப்பாடு' என்று தன் அணுகலைத் தெளிவுபடுத்துகிறார். அது ஜனரஞ்சகமான, பெருவழக்குப் படங்களை அணுகத் தடையாக உள்ளது என்கிற கருத்தில் எனக்கும் உடன்பாடில்லை. சினிமா, கட்புலன் சாதனம். சினிமாமொழி, அதன் வாய்ப்பாடு. அது பிரதேசத்திற்குப் பிரதேசம் மாறாது. அது நம்முடைய படங்களில் ஏன் சாத்தியப்படாமற் போயிற்று, அதன் பிறழ்வுகள் யாவை என்றுதான் விமர்சகர்கள் ஆராய வேண்டுமேயொழிய அதை மறுப்பதன் வாயிலாக எதையும் சாதிக்க முடியாது.

சினிமா மொழியின் மீதான அக்கறையின்மை தமிழ் சினிமாவின் வளர்ச்சிக்கு எதிராகச் செயல்பட்டதை மௌனப் படங்களிலும் பேசும் படங்களிலும் காண்கிறார்.

திராவிட வசனகர்த்தாக்களின் நீண்ட வசனங்களை சினிமாவின் காட்சி மொழிக்கு எதிரானதாகவும் தமிழ் சினிமா வளர்ச்சியைத்

தடைப்படுத்தியதாகவும் பாஸ்கரன் எழுதுகிறார். அவர்களது வசனம், பேச்சுக்கு முக்கியத்துவம் அளித்தது. 'பராசக்தியில் தன் குழந்தையை ஆற்றில் வீசிக் கொன்ற பின் தற்கொலை செய்துகொள்ளும் கல்யாணி ரயில்வே பாலத்தின் மீது நின்று நீண்ட வசனத்தைத் தன் பேச்சாகப் பேசுகிறாள்' என்கிறார். இதன் காரணமாக, 'காட்சி பிம்பங்களின் மூலம் கருத்தை விளக்கவோ கதையை நகர்த்தாவோ முயற்சி எடுக்கப்படவில்லை. ஒரு கதாபாத்திரத்தின் பேச்சு (வசனம்) நீண்டிருந்தால் காமிரா முன்கோணத்தில் நிலைகொண்டு இருந்துவிடுகிறது. அதன் சலனம், சாத்தியக்கூறுகள் ஆகியவை தடைப்படுகின்றன' என்கிறார். திரும்பத் திரும்பப் பல இடங்களில் திராவிட சினிமா எழுத்தாளர்கள் மீது இத்தகைய விமர்சனங்களை முன்வைக்கிறார். 'நாடகாசிரியர்களாக விளங்கிய பல திராவிட இயக்க வசனகர்த்தாக்கள், சினிமாவின் காட்சி சாத்தியக்கூறுகளை உணர்ந்திருக்கவில்லை. அவர்கள் திரைப்படங்களுக்கு வசனம் எழுதியபோது, பிம்பங்கள் மூலம் நிகழ்வுகளை வெளிப்படுத்த முடியும் என்பதை நினைவில் கொள்ளவில்லை. அனைத்து நிகழ்வுகளையும் எண்ணங்களையும் உணர்வுகளையும் வார்த்தைகளால் கூற முயன்றார்கள்.'

பாஸ்கரனின் விமர்சனங்கள் திராவிட முற்போக்குப் பிரச்சாரத்திற்கு எதிரானவையல்ல. பராசக்தி படம் பற்றிய அவரது கருத்துகள் வரலாற்றுணர்வுடன் கூடியவை. திராவிடம் திரைப்படங்களில் பெரும்பாலும் வசனங்களாகவே இடம்பெற்றமை குறித்த விமர்சனங்கள்தாம் அவை. ஏழை படும் பாடு படத்தில் அப்படத்தின் இயக்குநர் கே. ராம்நாத் எப்படி நுட்பத்துடன் சினிமா மொழியில் காட்சிகளை அமைத்துள்ளார் என்று விளக்குகிறார்.

எந்த மொழியில் படம் எடுக்கப்பட்டுள்ளதோ அதன் சமிக்ஞைகளை அறிய அம்மொழியை நன்கு அறிந்திருக்க வேண்டும் என்கிறார். பிம்பங்கள் மொழி சார்ந்த கலாசாரத்துடன் இணைந்துள்ளன. எனவே மேலெழுந்தவாரியான மொழியறிவு போதாது. தமிழ்ப் படங்களைப் பற்றி எழுதிய மேலைநாட்டு விமர்சகர்கள் தகுந்த மொழியறிவின்றிச் செயல்பட்டிருப்பதை விமர்சிக்கிறார்.

பாஸ்கரன் வலதுசாரிக் கருத்துகளுக்கு எதிரானவர். ஆனால் அழுத்தமான இடதுசாரி நோக்கு அவரிடம் இல்லை. கோட்பாட்டு இறுக்கமின்றிச் சுதந்திரமாகக் கருத்துகளை வெளியிடுபவர். சண்டமாருதமாகப் புறப்படும் விமர்சகர் அன்று. நிதானமாகத் தனது கருத்துக்களை முன்வைப்பவர். நல்ல இலக்கிய ரசனையுடையவராய் இருப்பதால் கதைகள் திரைப்படங்களாக மாறும்போது அதன் கூடுதல் சாத்தியங்கள் குறித்த தெளிவுடையவராய் இருக்கிறார். புகைப்படக் கலைஞராய் இருப்பதால் சினிமா கேமராக்கள், ஒளியமைப்பு விதங்களையும் நன்கு அறிந்துகொண்டிருக்கிறார்.

படங்களின் தரங்களை நிர்ணயித்தபோதும், எல்லாப் படங்களுமே, அவை எத்தரமுடையதாயினும் பாதுகாக்கப்பட வேண்டும் என்கிற நோக்குடையவர் பாஸ்கரன். அவரது வரலாற்று அணுகல் ஆவணங்களின் தேவையை உணர்த்துகிறது. திரைப்படங்களுக்கு இணையாக அவர் சுற்றுப்புறச் சூழலைக் காப்பதிலும் ஆர்வம் கொண்டுள்ளார். இரண்டுமே பாதுகாக்கப்பட வேண்டியவை. அவரது அக்கறைகள் ஒன்றுக்கொன்று நெருக்கமான தொடர்புகொண்டுள்ளன. சினிமா, சோழர் காலக் கலை, சுற்றுப்புறம், பிராணிகள் என்று தான் ஆழமாய் அக்கறை கொண்டுள்ளவற்றைப் பற்றி மட்டுமே எழுதுகிற ஒரு சுயகட்டுப்பாடு அவரிடம் உண்டு. எதைப் பற்றி வேண்டுமானாலும் கருத்துகளை உடனே அள்ளித் தெளிக்காதவர். தமிழ், ஆங்கிலம் இரண்டிலும் ஆற்றொழுக்கான நடையில் எழுதுபவர். புதிய சொல்லாக்கங்களையும் தேவைக்கேற்ப உருவாக்குபவர். தமிழ் சினிமா வரலாற்றாசிரியராக முதலாவதும் முதன்மையானதுமான இடத்தைப் பெற்றவர். ஆரம்பக் கால சினிமாவின் புகழ்பெற்ற வரலாற்றாசிரியர்களான ஜார்ஜ் சாடுல், கெவின் பிரவுன்லோ, எரிக் பர்னோ, பால் ரோத்தா *(Georges Sadoul, Kevin Brownlow, Eric Barnouw, Paul Rotha)* ஆகியோரின் வரிசையில் வைத்து எண்ணப்பட வேண்டியவர் தியடோர் பாஸ்கரன்.

□ காலச்சுவடு, செப்டம்பர் 2022

சொல்லடைவு

அக்ரகாரத்தில் கழுதை 84, 104
அண்ணாதுரை 102
அந்த நாள் 81, 85
அபிஷேக் சௌபே 109, 110
அமைதிப்பள்ளத்தாக்கு 116
அம்ஷன் குமார் 144, 146, 169
அய்யாமுத்து, கோவை 22
அருண் கார்த்திக் 82
அருண்டேல் ருக்மணிதேவி 43, 79
அலெஜோ கார்பெந்தியர் 133
அவன் அமரன் 84, 103, 111
ஆட்டோகிராப் 78, 140
ஆதிமூலம் 44
ஆண்டவன் கட்டளை 85
ஆனந்த் கென்ட்டிஷ் குமாரசுவாமி 160
ஆஸ்கார் விருது 123
இசை வேளாளர் 74, 76
இந்துலால் யாக்னிக் 165, 167, 168
இருவாசி 115, 117
இவான்ஸ், டபிள்யூ. ஆங்கில அதிகாரி 100
உட்தா பஞ்சாப் 105, 109, 110
உயர்ந்த மனிதன் 106
உலகப்போர், இரண்டாம் 29, 102
உன்னைப்போல் ஒருவன் 54, 156
எலக்ட்ரிக் தியேட்டர் 15
எல்லிஸ் ஆர். டங்கன் 46, 91, 92
ஏழை படும் பாடு 47, 159, 176
ஐசன்ஸ்டீன் 101

ஐஸ்வர்யா ராஜேஷ் 72
ஒப்பாரி 137, 144
ஒருத்தி 144
ஒரே ஒரு கிராமத்திலே 104, 105
ஔவையார் 22, 93, 104, 105
ஒற்றைவாடை தியேட்டர் 46
ஃபிலிம் சொசைட்டிகள் 86
ஃப்ரெட் ஜின்னமன் 145
கட்டுமரம் 82
கண்ணம்மா என் காதலி 102
கபூக்கி நாடகம் 77
கரன் பாலி 122
கருணாநிதி 102
கருப்புதுரை 138, 141, 142
கல்கி 26, 42, 43
கள்ளுண்ணாமை 16, 18
காஃப்கா 135
காக்கா முட்டை 72, 110, 147, 148, 152
காட்டுயிர் பாதுகாப்புச் சட்டம் 89
காந்தியடிகள் 14, 16
காபிரியேல் கார்சியா மார்கோஸ் 133
காளிதாஸ் 17, 172
கிசா குருசி கா 111
கிராமபோன்கள் 20
கிரிஃபித் டி.டபிள்யூ. 100
கிருஷ்ணன் என்.எஸ். 22, 60
கீசகவதம் 16, 61, 91
கீதா கிருஷ்ணன்குட்டி 142

குடிசை, திரைப்படம் 136, 155, 157, 159
குதிரைவால் 133, 135
குமாரி கமலா 68, 79
குலவை 137
கூகை 87
கே.டி. (என்கிற) கருப்புதுரை 138
கோதைநாயகி 28
கௌசல்யா 43
சட்ட மறுப்பு இயக்கம் 101, 171
சதிலீலாவதி 18, 19
சத்தியமூர்த்தி 21, 22
சத்தீஷ் பகதூர் 68
சத்யஜித் ரே 86
சந்திரலேகா 92, 93, 95
சந்திரா 146
சம்சாரம் அது மின்சாரம் 49, 106
சாபு சிரில் 142
சாய் சுப்புலட்சுமி 68
சித்தானந்த தாஸ் குப்தா 91, 160
சில்க் சுமிதா 70
சிவதாண்டவம் 9, 160
சினிமா உலகம் 42
சீகா வெர்தாவ் 118
சுந்தராம்பாள் கே.பி. 21, 22, 23
சுப்ரமணியம் கே. 22, 24, 25, 102
சூது கவ்வும் 135
சூப்பர் டிலக்ஸ் 142
செங்கோட்டை சிங்கம் 94
செட்டியார் ஏ.கே. 28, 29
சேகர் எஸ்.வி. 48
சேகர் தத்தாத்ரீ 115, 116
சொர்ணவேல் ஈஸ்வரன் 41, 44, 82
சோ, எழுத்தாளர் 48
டம்பாச்சாரி 18, 170
டெரன்ஸ் மல்லிக் 135
தங்கமலை ரகசியம் 94
தணிக்கை சட்டம் 99
தணிக்கை முறை 26, 29, 102, 108
தண்ணீர் தண்ணீர் 84

தவமணி தேவி 68
தாலாட்டு 137
தியாகபூமி 24, 25, 26, 102
திராவிட இயக்கம் 43, 102, 176
திலோத்தமை சோம் 72
துரை, இயக்குநர் 156
தேவதாசி ஒழிப்பு 75
தேவதாசி ஒழிப்புச் சட்டம் 75
தேவதாஸ் 137
நசீர், திரைப்படம் 57, 71, 82
நல்லதம்பி 43, 102
நல்ல நேரம் 94
நவீன யதார்த்த பாணி 155
நாகராஜன் எஸ். 103
நாராயணன் ஏ. 16, 28, 42, 60, 61
நிசனம் 87
நிஜ சினிமா 118, 119
நீ எங்கே 121
நீங்காத நினைவு 137
பக்கீரா 53
பக்த விதுரா 100
பசி, திரைப்படம் 156, 175
பட்டணத்தில் பூதம் 135
பட்டம்பாள் 28
பத்மினி 70
பம்பாய் 27, 53, 57, 100, 101, 104, 171
பம்மல் கே. சம்பந்தம் 89
பராசக்தி 43, 102, 103, 110, 176
பரியேறும் பெருமாள் 84, 85, 106, 142
பர்மா ராணி 30, 102
பாட்டுப்புத்தகம் 41
பாமரன் 50
பாலசந்தர் எஸ். 103, 111
பாலசந்தர், கே. 48
பாலயோகினி 24
பாலு மகேந்திரா 148
பாலைவனச்சோலை 157
பாவமன்னிப்பு 54, 55, 77

பானுமதி ராவ் 120
பிரகாஷ் மாக்டம் 155
பிரியா தாவிதார் 126
புராணக் கதைகள் 91
புலாபாய் தேசாய் 28
பெரியார், ஈ.வே.ரா 14
பெரியார் (திரைப்படம்) 69, 81
பெள்ளி 123, 125
பேண்டிட் க்வீன் 104
பைசைக்கிள் தீவ்ஸ் 87
பொம்மன் 123
போடம்கின் எனும் போர்க்கப்பல் 101
மகாத்மா கபீர்தாஸ் 43
மணிக்கொடி 41, 102, 110
மணிமேகலை 22, 47
மண்டேலா, திரைப்படம் 72
மதுமிதா 138, 141
மழைக்காடு 115
மனுசங்கடா 73, 143, 145, 146
மாத்ருபூமி 20, 23, 24, 102
மாய யதார்த்தவாதம் 133, 134
மாயக்குதிரை 68
மார்கோஸ், காபிரியேல் கார்சியாஸ் 133
மானசம்ரக்ஷணம் 102
மீரா 67, 122
மீரா நாயர் 67
மீனா நாராயணன் 42
மௌலி 48
யதார்த்த பாணி 109, 144
யானைப்பாகன் 94
யானை வளர்த்த வானம்பாடி 95
ரத்தக்கண்ணீர் 111
ரமணி ஆர்.வி. 118
ராபர்ட், ராஜசேகர் 157
ராமசாமி மு. 138
ராமையா பி.எஸ். 40
ராம்நாத் கே. 159
ராஜகுமாரி டி.ஆர். 68
ராஜா சாண்டோ 16

ராஜாஜி 14, 23, 101
ரேச்சல் டையர் 52
லாரா மல்வி 70
லெனின் 14
வட்டார மொழி 141
வழுவூர் ராமையா பிள்ளை 76
வள்ளலார் 27
வன உரிமை சட்டம் 127
வாசன் எஸ்.எஸ். 92
விசு 48
விஸ்வநாதன், மகாராஜபுரம் 21
வீடு, திரைப்படம் 51, 71
வேலைக்காரி 43, 102
ஜமீல் தௌலவி 103
ஜாலியன்வாலா பாக் 14, 100
ஜெமினி ஸ்டுடியோ 92
ஜெயபாரதி 157, 158
ஜெயமாலினி 70
ஸார், திரைப்படம் 72
ஸ்டாலின் ஸ்ரீனிவாசன் 102
ஸ்ரீ வள்ளி 92
ஷீலா ரமணி 69
ஷீலா ராஜ்குமார் 72, 146
ஹிட்ச்காக், ஆல்ஃப்ரெட் 117, 128
ஹெக்கோடு 87
ஹெலன் 69
ஹென்றி ஃபாண்டா 138

An American in Madras 122
High Noon 145
Male gaze 71
Nine Hours to Rama 103
The Elephant Whisperers 124
The Golden Pond 138
The Tree of Life 135
Wild Strawberries 140